MAÐNAÐARBÓKIN BÓNABÓÐAR

100 ljúffengar uppskriftir með fallegum lituðum myndum til að hjálpa þér að búa til ljúffengar og næringarríkar máltíðir sem næra líkama þinn og sál

Heiða Njóla Guðjónsdóttir

EFNISYFIRLIT

KYNNING

Hvað er Bein seyði?
Beinsoð, stundum kallað stofn, er vökvi sem er gerður úr sjóðandi dýrabeinum og bandvef. Matreiðslumenn nota soð sem grunn fyrir súpur, sósur og sósur. Sumir drekka það eitt og sér.
Fólk hefur búið til beinasoð frá upphafi mannkyns. Mannfræðingar halda að fólk hafi drukkið vökva með innrennsli með beinum og öðrum dýrahlutum strax á forsögulegum tíma.

Það eru 100 litaðar myndir (ein fyrir hverja uppskrift), sem hjálpa þér að búa til rétti sem líta eins vel út og þeir smakkast.

Í hnotskurn eru helstu kostir beinasoðis:

A. Ef þú þjáist af liðagigt eða einhverjum liðverkjum, eins og ég gerði vegna liðspeglunar á hnéaðgerðum mínum og hnoðunum tveimur sem settar voru í hvert hné mitt, þá styður það að drekka beinsoð heilbrigði liðanna og getur hjálpað til við að draga úr óþægindum.
B. Ef þú vilt glóandi húð innan frá og út skaltu nota beinsoð til að styðja við meltingarheilsu þína fyrst, því náttúrufegurð okkar er nátengd þörmum okkar.
C. Ef þú ert þunguð eða tilbúin að verða þunguð, fyrir utan mjólkurvörur, er beinsoð einnig kalsíumgjafi. Mundu að ef þú færð ekki nóg kalsíum úr fæðunni hefur það ekki áhrif á þroska barnsins því barnið þitt mun bara taka kalkið sem það þarf úr beinum þínum.
D. Beinkraftur inniheldur kollagen, sem hjálpar til við að koma í veg fyrir og losna við húðslit á náttúrulegan hátt. Þú þarft ekki þessi dýru krem, mamma!
E. Bein seyði stuðlar að afeitrun sem stuðlar að minnkun á timburmannaáhrifum.

FISKUR OG SJÁVAR

1. Fiskbeinasoð

HRÁEFNI:

- 2 pund af fiskhausi eða skrokki
- Salt eftir smekk
- 7 – 8 lítra vatn + aukalega til að bleikja
- 2 tommu engifer, sneið
- 2 matskeiðar sítrónusafi

LEIÐBEININGAR:

a) Til að bleikja fiskinn: Bætið vatni og fiskhausum í stóran pott. Setjið pottinn yfir háan hita.

b) Þegar það sýður skaltu slökkva á hitanum og farga vatninu.

c) Setjið fiskinn aftur í pottinn. Hellið 7-8 lítrum af vatni.

d) Setjið pottinn yfir háan hita. Bætið engifer, salti og sítrónusafa út í.

e) Þegar blandan sýður, lækkið hitann og hyljið með loki. Látið malla í 4 klst.

f) Takið af hitanum. Þegar það hefur kólnað, síið í stóra krukku með vírnetsíi.

g) Geymið í kæli í 5-6 daga. Ónotað seyði má frysta.

2. Hlaupa niður

HRÁEFNI:

- 2 pund súrsaður eða saltaður makríll
- 1 dós af kókosmjólk
- 1 þunnt skorinn laukur
- 3 geirar pressaðir hvítlaukur
- 1 saxaður tómatur
- 2 saxaðir vorlaukar
- ½ þunnt skorinn skoskur húddspipar
- Kvistur af fersku eða þurrkuðu timjani
- 8 bollar af vatni

LEIÐBEININGAR:

a) Takið öll bein úr makrílnum og skerið í litla bita.
b) Setjið í skál og hellið sjóðandi vatni yfir fiskinn til að hylja hann.
c) Látið standa í 30 mínútur og tæmdu síðan vatnið.
d) Hellið kókosmjólkinni á pönnu og bætið hvítlauk og tómötum út í. vorlauk, skoskur bonnet pipar, laukur og timjan.
e) Látið blönduna sjóða þar til laukurinn er mýktur, bætið síðan fiski með roðhliðinni niður, lækkið hitann í lágan hita og látið malla þar til fiskurinn er fulleldaður í um það bil 10 mínútur.

3. Sjávarrétta kínóasalatsoð

HRÁEFNI:

- 1 bolli ósoðið kínóa
- 1 ½ bolli kjúklingabeinasoð
- 1 (6-oz) túnfisksteik
- 8 aura meðalstórar rækjur, skrældar og afvegaðar
- 1 tsk Old Bay krydd
- ½ tsk malaður svartur pipar
- 1 avókadó, skorið í teninga
- ½ bolli rauðlaukur, þunnt sneið
- 2 radísur, þunnar sneiðar
- 1 serrano pipar, skorinn í sneiðar
- ¼ bolli fersk kóríanderlauf, saxuð
- Sítrónubátar til framreiðslu

FYRIR KLÆÐINU:

- ⅓ bolli extra virgin ólífuolía
- 2 matskeiðar sítrónusafi
- 1 matskeið Dijon sinnep
- 1 tsk Old Bay krydd
- ½ tsk malaður svartur pipar

LEIÐBEININGAR:

a) Setjið kínóa í meðalstóran pott og setjið kjúklingabeinasoði yfir. Látið suðuna koma upp, lækkið hitann, setjið lok á og látið malla í 12-14 mínútur, eða þar til allt soðið er frásogast. Takið af hellunni og haldið lokinu í 5 mínútur í viðbót.

b) Penslið smá ólífuolíu á hvorri hlið túnfisksteikarinnar. Stráið ½ tsk Old Bay kryddi yfir og ¼ tsk möluðum svörtum pipar. Setja til hliðar.

c) Setjið rækjur í meðalstóra skál, kryddið með ½ tsk Old Bay kryddi og ¼ tsk möluðum svörtum pipar. Blandið vel saman og setjið til hliðar.

d) Smyrjið steypujárnspönnu eða pönnu og hitið það upp við meðalháan hita. Þegar steikin er orðin heit skaltu setja rækjur á hana í einu lagi og skilja eftir pláss fyrir túnfisksteikina. Eldið hvora hlið rækjunnar í 2 mínútur óáreitt.

e) Einni mínútu áður en rækjan er tilbúin skaltu setja túnfisksteikina á pönnu; steikið á hvorri hlið í 30 sekúndur.
f) Takið túnfisk og rækjur af hitanum, látið kólna og skerið í teninga.
g) Skerið avókadó, lauk, radísu, serrano pipar og saxið kóríander.
h) Blandið dressingunni saman í lítilli skál og blandið vel saman.
i) Setjið allt hráefnið í stóra blöndunarskál. Hellið dressingunni yfir. Blandið vel saman.
j) Berið upp og berið fram með sítrónubátum.

4. Kræklingur með hvítvínssósu

HRÁEFNI:

- 2 pund kræklingur
- 3 matskeiðar sólþurrkaðir tómatar
- 2 matskeiðar ósaltað smjör
- 1 tsk rauð paprika flögur
- ½ bolli laukur, skorinn í bita
- ½ bolli hvítvín
- 3 hvítlauksgeirar, saxaðir
- ½ bolli kjúklingabeinasoð
- Salt eftir smekk
- Sítrónubátar og steinselja til framreiðslu

LEIÐBEININGAR:

a) Hreinsið allan krækling með því að skola í köldu vatni. Athugaðu hvort kræklingurinn þinn sé nú þegar afskeggður. (Kræklingur sem ræktaður er á bænum er venjulega afskeggður.) Ef ekki, afskeggðu kræklinginn með því að fjarlægja hóp af brúnum strengjum sem koma út úr hlið kræklingsins. Ef þú sérð krækling með skelina opna skaltu banka varlega á borðplötuna. Fargaðu þeim sem lokast ekki. Fargaðu líka kræklingnum með sprungnum skeljum.

b) Bræðið smjörið í stórri, breiðbotna pönnu eða potti (með loki) við meðalháan hita. Bætið lauknum, hvítlauknum og smá salti saman við. Steikið þar til það er hálfgagnsært, um það bil 2 mínútur.

c) Bætið við sólþurrkuðum tómötum og rauðum piparflögum og steikið þar til ilmandi, um 30 sekúndur.

d) Setjið allan kræklinginn á pönnuna og hellið hvítvíni og kjúklingabeinasoði yfir kræklinginn.

e) Lokið strax með loki og látið malla í 5 mínútur. Hristið pönnuna einu sinni eða tvisvar með lokið á meðan á eldun stendur til að dreifa kræklingnum.

f) Eftir 5 mínútur skaltu opna lokið og athuga kræklinginn. Næstum allir ættu að vera opnir núna. Fargaðu þeim sem enn eru lokaðir. Ef þú ert með of marga lokaða skaltu setja lokið á aftur og láta það malla í 1-2 mínútur til viðbótar.

g) Kreistið smá sítrónusafa, skreytið með saxaðri steinselju og berið fram beint úr pottinum eða berið fram yfir spagettí með kræklingasósunni.

5. Heilnæm fiskakæfa

HRÁEFNI:

- 1 pund tilapia flök
- 1 pund gular kartöflur
- 12 aura gulrætur
- 1 lítið búnt af fersku kóríander
- ½ bolli hvítlaukur, saxaður
- 8 bollar kjúklingabeinasoð (4 öskjur)
- Ólífuolía, salt og pipar
- 2 tsk Old Bay krydd
- Sítrónubátar til framreiðslu

LEIÐBEININGAR:

a) Forhitið ofninn í 350°F. Þiðið fiskinn og þurrkið hann með pappírshandklæði. Penslið fiskinn með ólífuolíu. Stráið ögn af salti og pipar á hvert flak.

b) Leggið tilbúin fiskflök í eldfast mót án þess að skarast. Bakið í 14 mínútur.

c) Á meðan fiskurinn er að bakast, bætið þá kjúklingabeinasoði saman við í stórum potti og látið sjóða hratt.

d) Afhýðið og saxið gulrætur og kartöflur. Setjið þær í sjóðandi beinasoðið, lækkið síðan hitann niður í meðalháan. Lokið til að elda í 15 mínútur eða þar til grænmetið er meyrt.

e) Flyttu grænmeti og rétt nóg af seyði í blandara, bætið við kóríander og lauk og blandið í 10 sekúndur eða þar til það er slétt. Nú hefur þú búið til hollan kæfubotn.

f) Setjið kæfubotninn aftur í sama pott.

g) Notaðu gaffal til að brjóta eldaðan fisk í litla bita og færðu fiskbita yfir í kæfubotninn.

h) Bætið Old Bay Kryddinu út í og hrærið vel. Látið malla í 5 mínútur í viðbót við meðalhita.

i) Berið fram með kreistu af sítrónusafa og ristuðu brauði.

nautakjöt, lamb og svínakjöt

6. Nautakjöts- og grænmetissoðsúpa

HRÁEFNI:

- 16 aura af tómatsósu
- 1 rauð heit paprika
- 1 tsk salt
- 1 hvítkál, saxað
- 15 aura enskar baunir
- 1 pund nautakjöt, skorið í teninga
- 1 tsk af pipar
- 7 bollar af vatni
- 2 nautakraftssúpubein
- 4 kartöflur, skornar í teninga
- 4 gulrætur, saxaðar
- 17 aura heilkornakorn

LEIÐBEININGAR:

a) Blandið hráefnunum saman í Crockpot.

b) Eldið við lágan hita í 3 klst.

7. Seyðisúpa Joumou í seyðipotti

HRÁEFNI:

- 1 bolli auk 1 matskeið eimað hvítt edik, skipt
- 1 pund nautakjöt, skorið í teninga og skolað í ediki
- 2 rófur, smátt saxaðar
- 1 græn skosk vélarhlíf eða habanero chile
- 1 pund plokkfiskur chuck nautakjöt, skorið í teninga og skolað í ediki
- 1 bolli Epis kryddgrunnur
- 1 meðalstór calabaza leiðsögn, afhýdd og skorin í teninga
- 3 rauðar kartöflur, smátt saxaðar
- 3 matskeiðar ferskur lime safi
- 1 matskeið kryddað salt
- 15 bollar nauta- eða grænmetissoð, skipt
- 1 pund nautakjötsbein
- 3 gulrætur, sneiddar
- ½ grænt hvítkál, mjög þunnt skorið
- 1 laukur, sneiddur
- 1 sellerístilkur, gróft saxaður
- 1 blaðlaukur, aðeins hvítur og fölgrænn hluti, smátt saxaður
- 1 timjankvistur
- 2 matskeiðar ólífuolía
- 1½ bollar rigatoni
- 6 heil negul
- 1 tsk hvítlauksduft
- 1 tsk laukduft
- 2 ½ tsk kosher salt, auk meira
- ½ tsk nýmalaður svartur pipar, auk meira
- Klípa af cayenne pipar, auk meira
- 1 steinseljukvistur
- 1 matskeið ósaltað smjör

AÐ ÞJÓNA

- Skarpbrauð

LEIÐBEININGAR:

a) Blandið saman limesafa, krydduðu salti og Epis Seasoning Base.

b) Bætið nautakjöti út í og látið marinerast í að minnsta kosti 30 mínútur eða yfir nótt.

c) Hitið 5 bolla af seyði yfir miðlungshita í mjög seyðipotti.

d) Bætið marineruðu nautakjöti og beinum út í, setjið lok á pottinn og látið malla í um 40 mínútur.

e) Setjið squash í pottinn ofan á nautakjötið, hyljið það og eldið í 20 til 25 mínútur, eða þar til gaffalinn er meyr.

f) Færðu Squash í blandara. Bætið 4 bollum af seyði út í og maukið þar til það er slétt.

g) Komið aftur í pottinn og látið malla.

h) Bætið við hinum 6 bollum af seyði, kartöflum, gulrótum, hvítkáli, lauk, sellerí, blaðlauk, rófum, chili, rigatoni, negul, hvítlauksdufti, laukdufti, salti, pipar, smá cayenne, og grænmetinu sem eftir er.

i) Látið malla í 30 mínútur.

j) Bætið við olíu, smjöri og síðustu matskeiðinni af ediki.

k) Steikið í 15-20 mínútur til viðbótar við miðlungs lágan hita, eða þar til nautakjötið er mjög meyrt.

l) Berið soðsúpuna fram í skálum með brauðinu á hliðinni.

8. Nautakjötsbringur og trjásoðsúpa

HRÁEFNI:

- 1 rauðlaukur, saxaður
- 1 pakki af uxahalsbeinum með kjöti
- Krydd eftir smekk
- 1 ½ lítra vatn

LEIÐBEININGAR:

a) Bætið uxahalanum í skál sem inniheldur vatn og látið liggja í bleyti, fjarlægið umfram blóð, skiptið um vatnið 2-3 sinnum.
b) Þegar það er tilbúið skaltu bæta beinum í stóran pott og hylja þau með 1 ½ lítra af vatni.
c) Settu á eldavélina og eldaðu í minnst 6 klukkustundir, því lengur sem þú eldar því betra er bragðið og kjötið.
d) Á meðan það eldar, haltu áfram að renna af olíunni sem birtist ofan á, haltu vatnsborðinu í um 1 lítra meðan þú eldar.
e) Þegar það er búið ætti liturinn að vera kremkenndur.
f) Leiðréttið kryddið.
g) Berið fram í skálum með nautahalanum og stráið söxuðum lauknum yfir.

9. Misó seyði

HRÁEFNI:

- 1 meðalstór gulrót (afhýdd og gróft hakkað)
- ½ laukur (afhýddur og saxaður)
- ½ epli (kjarnahreinsað, afhýtt og skorið gróft)
- 1 sellerístilkur (gróft skorinn)
- 3 hvítlauksrif (afhýdd)
- 120 ml kókosolía
- 2 matskeiðar sesamolía
- 340 g af möluðu kjöti
- 2 teskeiðar af fersku engifer (sneið)
- 1 tsk siracha
- 2 matskeiðar sojasósa
- 1 tsk eplaedik
- 1 tsk salt
- 1 matskeið sesam
- 175 ml misó
- 175 ml rautt misó
- 475 ml af kjúklinga- eða grænmetissoði

LEIÐBEININGAR:

a) Krækið gulrót, lauk, epli og sellerístöng fínt.

b) Setjið kókosolíu og 1 tsk sesamolíu á stóra pönnu yfir miðlungshita. Síðan er niðurskorið grænmeti og ávextir steikt á pönnunni í um 10-12 mínútur, þar til laukurinn er orðinn hálfgagnsær og eplið léttbrúnað. Lækkið svo hitann aðeins.

c) Bætið mjöðinum á pönnuna og bíðið í um 8-10 mínútur þar til mjöðurinn er ekki lengur bleikur. Bætið engiferinu, sojasósunni, eplaediki og salti út í og hrærið öllu vel saman.

d) Setjið alla blönduna í matvinnsluvélina þar til kjötið er fínmalað.

e) Bætið sesamfræjunum og miso út í blönduna og hrærið vel. Samkvæmnin ætti að vera eins og þykkt deig. Þetta skapar miso grunninn.

f) Látið suðuna koma upp í grænmetis- eða kjúklingasoðinu. Bætið við 6 teskeiðum af miso grunni.

g) Setjið tilbúnu seyðisúpuna í tvær skálar (ca. 235 ml hvor) og bætið pasta og áleggi út í að vild.

10. Tonkotsu seyði

HRÁEFNI:

- Seabura (soðinn svínahryggur)
- 700 g hnakkur af svínakjöti, skorinn í strimla
- vatn

TONKOTSU SOÐ

- 225 g kjúklingafætur (þvegnir, roðlausir og án tær)
- 3,6 - 4,5 kg svínahnúi (brotinn, fyrir beinmerg)
- 455 g kartöflur (skrældar og grófskornar)
- 4,7 lítrar af vatni
- Shiodare (fyrir saltbragðið)
- 1 stórt ferhyrnt stykki af kombu
- 2 litlir þurrkaðir Shiitake sveppir (muldir)
- 946 ml af vatni
- 2 teskeiðar af bonito flögum
- 300 g teppaskeljar
- 140 g af salti
- Shoyu dare (fyrir sojasósubragðið)

LEIÐBEININGAR:

a) Áður en þú byrjar skaltu undirbúa chashu.

b) Byrjaðu á Seabura: Setjið svínahrygginn í pott og hyljið með vatni. Látið suðuna koma upp í stutta stund og látið malla í 4 klst.

c) Matreiðsla á Tonkotsu seyði: Sjóðið vatnið í sérstökum potti. Blasaðu kjúklingafæturna, þurrkaðu þá af og settu þá í hraðsuðupott með svínahnúi og kartöflum. Hyljið allt með 4,7 lítrum af vatni. Gakktu úr skugga um að vatnið og önnur innihaldsefni fylli ekki meira en helminginn af pottinum þínum.

d) Hitið pottinn þar til gufa fer út úr þrýstilokanum (þetta getur tekið allt að 20 mínútur). Bíddu ca. 10 mínútur þar til potturinn er fylltur af gufu. Stillið hitann á hæsta stigi og látið malla í klukkutíma.

e) Að búa til Shiodare: Taktu meðalstóran pott og láttu suðuna koma upp kombu, shiitake sveppunum og 950 ml af vatni. Lækkið hitann og voru um 5 mínútur. Taktu kombu og shiitake sveppina út og færðu vökvann í hreinan meðalstóran pott.

f) Bætið bonito flögum út í vökvann, látið suðuna koma upp. Látið malla í 5 mínútur. Kreistu bonito flögurnar og fjarlægðu þær úr soðsúpunni. Setjið seyðisúpuna í hreinan meðalstóran pott.
g) Látið suðuna koma upp í seyðissúpunni og bætið teppinu saman við. Látið malla í 5 mínútur. Fjarlægðu kræklinginn með sigti. Setjið einn lítra af soðinu í nýjan pott og bætið salti (140 g).
h) Eftir klukkutíma skaltu taka hraðsuðupottinn af hellunni og sleppa þrýstingnum. Myljið svínabeinin til að afhjúpa beinmerginn. Eldið allt við lágan hita í klukkutíma í viðbót, hrærið aftur og aftur.
i) Bætið einni teskeið af hvorri chashu og shiodare við seyðisúpuskálarnar sem þú ætlar að nota með máltíðinni.
j) Taktu svínakjötshnakkinn sem kraumar af hellunni og helltu vatninu af. Skerið kjötið í smærri bita (um 5 cm). Þrýstu öllu kjötinu stykki fyrir stykki í gegnum gróft sigti til að saxa það í sundur. Seabura er tilbúinn.
k) Sigtið seyðisúpuna úr hraðsuðupottinum og setjið hana í sérstakan pott og haltu henni heitu. Látið seyðisúpuna koma upp aftur rétt áður en hún er borin fram.
l) Skerið Chashu í 6 mm bita og steikið þá á pönnu þar til þeir verða stökkir.
m) Til að klára seyðissúpuna þína skaltu bæta við heitri Tonkotsu seyðissúpunni (235 ml) í seyðarsúpuskálina. Bætið teskeið af Seabura við hvern skammt. Bætið við pasta og áleggi að vild.

11. Tær lauksúpa

HRÁEFNI:

- 6 bollar nautakraftur
- 2 laukar (hægeldaðir)
- 1 sellerístilkur (hægeldaður)
- 1 gulrót (afhýdd og skorin í teninga)
- 1 matskeið hvítlaukur (hakkað)
- ½ tsk engifer (hakkað)
- 1 tsk sesamolía
- 1 bolli takkasveppir (mjög þunnar sneiðar)
- ½ bolli laukur (sneiddur)
- að smakka salt og pipar
- eftir að smakka sojasósu (valfrjálst)
- eftir smekk Sriracha (valfrjálst)

LEIÐBEININGAR:

a) Steikið laukinn í potti í smá olíu þar til hann er örlítið karamellaður. Um 10 mínútur.

b) Bætið við gulrót, sellerí, hvítlauk og engifer, sesamolíu og seyði. Kryddið eftir smekk með salti og pipar.

c) Látið suðuna koma upp og látið malla í 30 mínútur.

d) Sigtið grænmetið úr soðinu.

e) Bætið handfylli af lauk og þunnt sneiðum sveppum í skálar. Hellið soðsúpunni ofan á.

f) Valfrjálst: Bætið við skvettu af sojasósu og sriracha eftir smekk.

12. Camp Pot Roast Soð

HRÁEFNI:

- 4-6 Sveitasvínakjöt
- 4 meðalstórir laukar, skrældir og skornir í þriðju sneiðar til hliðar
- 6-7 kartöflur, skrældar og skornar í tvennt
- 1 stór poki af barnagulrótum
- ½ bolli selleríbitar
- salt og pipar
- Barbeque sósa (valfrjálst)

LEIÐBEININGAR:

a) Setjið rif, kartöflur, lauk, gulrætur og sellerí í stóran pott eða rist. Hyljið allt með vatni. Salt (u.þ.b. 1 ½ tsk) og pipar (hellt yfir vatni miðlungs til létt).
b) Settu pottinn á eldinn og láttu elda hægt í nokkrar klukkustundir á meðan þú fiskar, syntir eða nýtur útiverunnar.
c) Kvöldverður er búinn þegar þú kemur aftur. Til að krydda það skaltu fjarlægja kjötið af grænmetinu og setja á pönnu með barbeque sósu (kjöt mun detta af beinum); hrærið sósu saman við yfir eld í um 5-10 mínútur (hunangsbarbeque sósa best).

13. Svínakjöt Ramen seyði

HRÁEFNI:

- 1,1 punds svínabein, án kjöts, skorin í stóra bita
- 2 ¾ punda svínabrokkur, aðeins fótahluti, saxaður í smærri bita
- 1 kjúklingaskrokkur
- 5,3 aura af svínakjöti
- 7 ½ lítrar af vatni og aukalega til að bleikja

LEIÐBEININGAR:

a) Til að bleikja bein: Taktu stóran pott. Settu svínakjöt og svínabein í það. Hellið nægu vatni til að hylja beinin.

b) Setjið pottinn yfir meðalloga. Látið suðuna koma upp í um það bil 10 mínútur. Takið af hitanum. Fjarlægðu beinin og haltu því til hliðar.

c) Henda vatninu og skola pottinn vel.

d) Hreinsaðu beinin af öllum blóðtappa og skrum með beittum hníf. Gakktu úr skugga um að fjarlægja allt.

e) Bætið 7,5 lítra af vatni í stóran pott. Látið suðuna koma upp. Bætið beinum út í pottinn. Bætið líka við svínakjötshúð.

f) Lækkið hitann og látið malla.

g) Upphaflega byrjar skrið að fljóta á toppinn. Fjarlægðu hræið með stórri skeið og fargið því. Skerið líka umframfituna.

h) Lokið pottinum með loki og látið malla í um 12-15 klst. Soðið hefði minnkað í magni og verður þykkara og nokkuð skýjað.

i) Takið af hitanum. Þegar það hefur kólnað, síið í stóra krukku með vírnetsíi.

j) Geymið í kæli í 5-6 daga. Ónotað seyði má frysta.

k) Til að bera fram: Hitið vel. Saltið og piprið eftir smekk og berið fram.

14. Brúnt nautasoð

HRÁEFNI:

- 4 pund nautakjötssoðbein
- 2 matskeiðar ólífuolía
- 1 matskeið eplaedik
- 1 grein fersk steinselja
- 1 sellerístilkur; skorin í þriðju
- 1 lítill laukur; afhýdd og helmingaður
- 2 hvítlauksrif; hakkað.
- 1 tsk þurrkað lárviðarlauf
- ½ tsk heil svört piparkorn
- 1 tsk kosher salt

LEIÐBEININGAR:

a) Smyrjið bökunarplötu með ólífuolíu og setjið nautabeinin á hana.

b) Steikið beinin í 30 mínútur í ofni við 420 F. Snúið beinunum við og steikið í 20 mínútur í viðbót

c) Fylltu skyndipottinn með vatni allt að einum tommu fyrir neðan hámarkslínuna

d) Bætið öllu hráefninu við; þ.mt steikt nautakjötsbeinin, að vatninu.

e) Festið lokið. Snúðu þrýstilosunarhandfanginu í lokaða stöðu.

f) Veldu handvirka aðgerðina; stilltu á háþrýsting og stilltu tímann í 75 mínútur

g) Þegar það pípir; Natural Slepptu gufunni í 10 mínútur og opnaðu strax pottlokið.

h) Sigtið tilbúna soðið í gegnum netsíu og fargið öllu föstum efnum, fletjið alla yfirborðsfituna af og berið fram heitt.

15. Dádýrasoðsúpa

HRÁEFNI:

- 2 eða 3 punda dádýrsbein með einhverju kjöti
- 1-16 aura pk. Frosið seyði súpa grænmeti
- 1 msk steinselja
- 1 hvítlauksgeiri, saxaður
- Salt og pipar
- 16 aura dós tómatar

LEIÐBEININGAR:

a) Settu beinin inn í hollenskan ofn og hyldu þau varla með vatni. Látið malla í tvo tíma. Fjarlægðu beinin og taktu allt kjöt sem eftir er af með gaffli. Skerið hvaða stóra bita sem er. Geymið þrjá bolla af seyði og fargið afganginum.

b) Bætið kjötinu, frosnu grænmeti, steinselju, hvítlauk, salti og pipar út í. Stappaðu eða saxaðu tómatana og settu þá í pottinn ásamt safanum úr dósinni.

c) Hrærið, látið sjóða hratt. Lækkið hitann í mjög lágan, lokið vel á og látið malla í klukkutíma. Bætið við smá vatni ef þarf.

d) Bætið svo við smá pipar og berið fram.

16. Lamba- og kartöflukarrí

Hráefni:

- 6 söxuð hvítlauksrif
- 3 matskeiðar af karrýdufti
- 2 matskeiðar af ferskri, söxuðum engiferrót
- 2 teskeiðar af garam masala kryddblöndu
- 1 tsk paprika, reykt
- 1 tsk af timjan, þurrkað
- 1 teskeið af kóríander, malað
- 1 & ½ teskeið af salti, kosher
- 1 tsk pipar, malaður
- ¼ teskeiðar af kúmeni, malað
- 1 matskeið af olíu, ólífuolía
- 1 tsk af chilidufti
- 2 pund af herðablaða lambakóteletettum
- 4 x ½"-teningur rauðar, meðalstórar kartöflur
- 1 x 15 aura dós af ótæmdum, hægelduðum tómötum
- 1 bolli af kjúklingasoði, lítið natríum
- 1 saxaður lítill laukur
- Valfrjálst: soðin, heit brún hrísgrjón, til framreiðslu

LEIÐBEININGAR:

a) Í stórum matarpoka, blandaðu saman 1 matskeið af karrýdufti með 3 hvítlauksgeirum, 1 matskeið af engifer, 1 teskeið af garam masala kryddblöndu, papriku, timjan, chilidufti, ½ teskeið af kosher salti, möluðum pipar og kóríander, malað kúmen. og olíu.

b) Bætið lambakótilettunum í pokann. Lokaðu pokanum og klæddu kóteleturnar með því að snúa pokanum. Kælið í 8 klst.

c) Settu kartöflubitana í hægan eldavél. Bætið lambinu út í.

d) Setjið seyði, tómata, lauk og afgang af hvítlauk og kryddi í matvinnsluvél. Hyljið það og vinnið þar til það hefur blandast vel saman.

e) Hellið tómatblöndunni yfir lambið og kartöflurnar í teningum. Lokið hæga eldavélinni. Eldið þar til kjötið er orðið meyrt, 4 til 5 klukkustundir. Takið kjötið af beinum og fargið beinum.

f) Rífið kjötið með því að nota 2 gaffla. Sigtið matreiðslusafann og geymið kartöflurnar. Fjarlægðu alla fitu úr safanum. Setjið lambakjötið, fráteknar kartöflur og matreiðslusafa aftur í hæga eldavélina og hitið að fullu í gegn. Berið fram yfir hrísgrjónum, ef vill.

17. Miso svínakjöt og Ramen

HRÁEFNI:

- 2 punda svínhross, skorin í 1 tommu hringlaga form
- 2 pund kjúklingur, beinlaus, skorinn í strimla
- 2 matskeiðar matarolía
- 1 laukur, saxaður
- 8-10 hvítlauksrif, söxuð
- 1 tommu engifersneið, saxuð
- 2 blaðlaukar, saxaðir
- ½ pund rauðlaukur, hvítur og grænn hluti aðskilinn, saxaður
- 1 bolli sveppir, sneiddir
- 2 pund svínaöxl, saxað
- 1 bolli miso paste
- ¼ bolli shoyu
- ½ matskeið mirin
- Salt, eftir smekk

LEIÐBEININGAR:

1. Flyttu svínakjötið og kjúklinginn í soðpott og bætið miklu vatni við þar til það er þakið. Setjið það á brennara við háan hita og látið suðuna koma upp. Takið af hellunni þegar tilbúið er.
2. Hitið smá matarolíu í steypujárni yfir háum hita og steikið lauk, hvítlauk og engifer í um það bil 15 mínútur eða þar til það er brúnt. Setja til hliðar.
3. Flyttu soðin bein í pott með grænmeti, svínakjöti, blaðlauk, hvítlauk, sveppum. Fylltu upp með köldu vatni. Látið sjóða við háan hita í 20 mínútur. Lækkið hitann og látið malla og hyljið með loki í 3 klukkustundir.
4. Fjarlægðu nú öxlina með spaða. Og settu það í ílát og kældu. Setjið lokið aftur á pottinn og eldið aftur í 6 til 8 klukkustundir.
5. Sigtið soðið og fjarlægið fast efni. Þeytið misó, 3 matskeiðar af shoyu og smá salti.
6. Rífið svínakjötið í sundur og blandið því saman við shoyu og mirin. Kryddið með salti.
7. Hellið soði á núðlurnar og toppið með brenndum hvítlauk-sesam-chili.
8. Setjið svínakjötið í skálar.
9. Toppið með eggjum og annarri vöru sem óskað er eftir.
10. Njóttu.

18. Skinku- og baunasoðsúpa

HRÁEFNI:

- 1 bolli þurrkaðar svartar sojabaunir (lagðar í bleyti yfir nótt og tæmd
- 1 bolli laukur (hægeldaður
- 1 bolli selleristilkar (hægeldað
- 4 hvítlauksrif (hakkað
- 1 tsk Þurrkað Oregano
- 1 tsk Salt
- 1 tsk Cajun krydd
- 1 tsk Liquid Smoke
- 2 tsk All Purpose Krydd
- 1 tsk Louisiana heit sósa
- 2 skinkuhögglar
- 2 bollar skinka (hægeldað
- 2 bollar Vatn

LEIÐBEININGAR:

a) Setjið allt hráefnið í Instant Pot og hrærið til að blanda saman.
b) Settu og læstu lokinu og stilltu eldunartímann handvirkt á 30 mínútur við háan þrýsting.
c) Þegar því er lokið, láttu þrýstinginn losa náttúrulega í 10 mínútur og slepptu honum svo fljótt.
d) Fjarlægðu kjötið af beinum og rífðu allt kjöt í sundur og fargaðu beinum.
e) Hrærið til að blanda saman og berið fram heitt.

19. Kryddað Lambasoð

HRÁEFNI:

- 2 pund lambabein
- ½ tsk hvítur pipar
- 1 tsk rauð paprika flögur
- 2 tsk chili duft
- ¼ bolli rauðvínsedik
- ¼ bolli sellerí, saxað
- 5 hvítlauksrif
- 1 laukur, sneiddur
- 1 tsk salt

LEIÐBEININGAR:

a) Bætið öllu hráefninu í pottinn og hellið nógu miklu vatni til að það hylji.

b) Lokið pottinum með loki og eldið á hægum eldunarham í 6 klukkustundir.

c) Leyfðu að losa þrýsting náttúrulega í 10 mínútur og slepptu síðan með hraðlosunaraðferð.

d) Síið soðið og geymið.

20. Klassískt nautasoð

HRÁEFNI:

- 2 pund nautakjötsbein
- ½ tsk þurrkuð basil
- 1 tsk piparkorn
- 4 hvítlauksrif
- ½ bolli sellerístilkar, saxaðir
- 2 matskeiðar rauðvínsedik
- 1 tsk sjávarsalt

LEIÐBEININGAR:

a) Bætið öllu hráefninu í pottinn og hellið nógu miklu vatni til að það hylji.
b) Lokið pottinum með loki og eldið á háum hita í 35 mínútur.
c) Leyfðu að losa þrýsting náttúrulega í 10 mínútur og slepptu síðan með hraðlosunaraðferð.
d) Síið soðið og geymið.

21. Sellerí Lambasoð

HRÁEFNI:

- 2 pund lambabein
- 1 tsk þurrkað timjan
- 2 matskeiðar eplaedik
- ½ bolli selleríblöð
- 2 sellerístilkar, saxaðir
- 2 laukar, sneiddir
- 1 tsk salt

LEIÐBEININGAR:

a) Bætið öllu hráefninu í pottinn og hellið nógu miklu vatni til að það hylji.

b) Lokið pottinum með loki og eldið á háum hita í 15 mínútur.

c) Losaðu þrýstinginn með hraðlosunaraðferð en opnaðu lokið.

d) Síið soðið og geymið.

22. Tajine

HRÁEFNI:

- Smá ólífuolía
- Smá smjör
- 500 g saxað lambakjöt (engin bein)
- 1 laukur
- 1 stykki af ferskri engiferrót
- 1 stykki af kanil (um 5 cm)
- snerta af saffran
- 200 g af þurrkuðum ávöxtum
- 25 g sesamfræ
- salt og nýmalaður svartur pipar eftir smekk

LEIÐBEININGAR:

a) Steikið kjöt, lauk og krydd þar til kjötið er orðið brúnt.
b) Setjið kjöt og lauk í pott.
c) Bætið við vatni að því marki sem nær yfir kjötið, setjið lokið á pottinn og látið soðið í um það bil 1 klst.
d) Bætið þurrkuðum ávöxtum út í og soðið í 30 mínútur í viðbót.
e) Ristið sesamfræ á grilli eða þurri pönnu þar til það er brúnt.
f) Fjarlægðu kanilinn og hyldu fatið með ristuðu sesamfræinu.

23. Svínakjöt og grænmetissoð

HRÁEFNI:

- 2 punda beitilög úr svínakjöti
- ½ bolli gulrætur; hakkað.
- ½ bolli papriku
- ½ tsk heil svört piparkorn
- 8 bollar vatn
- 1 tsk þurrkað lárviðarlauf
- 1 grein fersk steinselja
- ½ bolli grænn laukur; hakkað.
- 1 sellerístilkur; skorin í þriðju
- 1 lítill laukur; afhýdd og helmingaður
- 1 tsk kosher salt

LEIÐBEININGAR:

a) Hellið vatninu í instant pottinn.
b) Bætið öllu hráefninu út í vatnið. Lokaðu pottlokinu og snúðu þrýstilosunarhandfanginu í lokaða stöðu.
c) Veldu handvirka aðgerðina; stilltu á háþrýsting og stilltu tímamælirinn á 20 mínútur
d) Þegar það pípir; Natural Slepptu gufunni í 10 mínútur og opnaðu strax pottlokið
e) Sigtið tilbúna seyðið í gegnum netsíu og fargið öllu föstum efnum, fletjið alla yfirborðsfituna af og berið fram heitt.

24. Nautapiparsoð

HRÁEFNI:

- 4 pund nautakjötssoðbein
- 1 bolli rauð paprika
- 2 matskeiðar ólífuolía
- 2 hvítlauksrif; hakkað.
- ¼ tsk rauðar piparflögur
- 1 sellerístilkur; skorin í þriðju
- 1 lítill laukur; afhýdd og helmingaður
- ½ tsk heil svört piparkorn
- ¼ tsk túrmerik malað
- 1 tsk kosher salt

LEIÐBEININGAR:

a) Smyrjið bökunarplötuna með ólífuolíu og setjið nautabeinin á hana

b) Steikið beinin í 30 mínútur í ofni við 420 F. Snúið beinunum við og steikið í 20 mínútur í viðbót

c) Fylltu skyndipottinn með vatni allt að einum tommu fyrir neðan hámarkslínuna.

d) Bætið öllu hráefninu við; þar á meðal steikt nautakjötsbeinin í vatnið.

e) Festið lokið. Snúðu þrýstilosunarhandfanginu í lokaða stöðu.

f) Veldu handvirka aðgerðina; stilltu á háþrýsting og stilltu tímann í 75 mínútur

g) Þegar það pípir; Natural Slepptu gufunni í 10 mínútur og opnaðu strax pottlokið.

h) Sigtið tilbúna seyðið í gegnum netsíu og fargið öllu föstum efnum, fletjið alla yfirborðsfituna af og berið fram heitt.

25. Kryddað nautasoð

HRÁEFNI:

- 2 pund nautakjötsbein
- ½ tsk rauðar piparflögur
- 2 tsk chili pipar
- 3 matskeiðar rauðvínsedik
- ¼ bolli laukur, saxaður
- ¼ bolli sellerí, saxað
- ¼ bolli selleríistilkur, saxaður
- 3 hvítlauksrif
- 3 chilipipar
- 1 tsk salt

LEIÐBEININGAR:

a) Bætið öllu hráefninu í pottinn og hellið nógu miklu vatni til að það hylji.
b) Lokið pottinum með loki og eldið á háum hita í 35 mínútur.
c) Leyfðu að losa þrýsting náttúrulega í 10 mínútur og slepptu síðan með hraðlosunaraðferð.
d) Síið soðið og geymið.

26. Pulled pork sous vide í Asíu stíl

Gerir: 3 skammta

HRÁEFNI:

- 1½ kg svínaháls án beina
- 2½ teskeið Fimm krydddduft
- ¼ bolli hoisin sósa
- 3 matskeiðar sojasósa
- 3 matskeiðar hunang
- 2 matskeiðar hrísgrjónavín (Shaoxing hrísgrjónavín)
- 2 matskeiðar engifer, ferskara, rifið
- 2 matskeiðar hvítlaukur, pressaður
- 1 sítróna, hýði af henni

LEIÐBEININGAR:

a) Þú þarft sous vide eldavél, tómarúmstæki og tómarúmpoka. Ég býst við að þú getir notað mjög þéttan frystipoka, en ég myndi ekki treysta þéttleikanum.

b) Ef þú hefur fengið svínahálsinn með beini þarftu annað hvort að fjarlægja hann eða setja tvo poka ofan á hvorn annan fyrir sous vide matreiðslu svo beinið skeri ekki gat á pokann og vatn komist í hann.

c) Annaðhvort láttu svínahálsinn vera heilan eða skera hann í grófa teninga. Kosturinn við fyrri skurðinn er að lengd kjöttrefjanna er þegar ákveðin.

d) Blandið afganginum af marineringasósunni saman við.

e) Skerið nú poka í nógu stóra stærð fyrir sous-vide matreiðslu og verið gjafmildur. Sjóðið nú þegar sauma með lofttæmisþéttinum og setjið kjötið í opið á pokanum.

f) Hellið sósunni út í og ryksugið pokann - passið að fjarlægja ekki sósuna.

g) Setjið nóg af vatni í sous vide eldavélina við 70 ° C. Þegar hitastigi er náð skaltu setja pokann í þannig að hann sé alveg á kafi. Ábending: Ég bæti alltaf við heitu vatni til að spara tíma. Látið kjötið liggja í vatnsbaði í 20 - 24 klst.

h) Í millitíðinni skaltu athuga hvort enn sé nægur vökvi og umfram allt hvort pokinn fljóti af kjötinu vegna gufumyndunar. Ef svo er þarf að kvarta og ýta undir yfirborðið. Til þess má nota hnífapör, töng o.fl. - bara ekkert, takk, sem heldur vatninu frá kjötinu, svo sem diskar og þess háttar.

i) Valfrjálst: Til að fá létta skorpu skaltu forhita ofninn í hámarkshita og grilla eða yfirhita.

j) Eftir matreiðslu skaltu fjarlægja pokann, skera lítið horn og hella vökvanum sem lekið hefur í pott. Takið kjötið úr pokanum. Nú er hann fræðilega búinn og hægt að sækja hann.

k) Eða fyrir létta skorpu, klappaðu kjötinu þurrt að utan. Sett í stórt eldfast mót og grillað í ofni þar til ljós skorpa hefur myndast. Rífið svo kjötið í stóra skál. Það ætti að vera mjög auðvelt. Bætið nú börknum af sítrónunni út í.

l) Prófaðu kjötið: ef það er of þurrt skaltu bæta við smá af vökvanum. Annars skaltu sjóða varlega niður vökvann sem lekur á eldavélinni.

m) Til þess þarf að nota hitaþolinn sílikonspaða til að hræra stöðugt og færa sósuna neðst í pottinum, því vökvinn inniheldur hunang og hoisin sósu - hvort tveggja brennur.

n) Þegar æskilegri samkvæmni er náð má setja sósuna út í kjötið og blanda saman við eða bera hana fram sérstaklega. Ég blanda þeim yfirleitt út í. Einnig má losa blönduna vel með smá vatni.

27. Geitasoð frá Jamaíka

HRÁEFNI:

- 2 pund (þar með talið bein) af geitakjöti - skorið í teninga
- (má nota lambakjöt í staðinn)
- 2 matskeiðar karrýduft
- 2 saxaðir laukar
- 2 rauðlaukar (eða vorlaukar)
- ½ tsk salt
- ½ tsk pipar
- 2 heitt chili (skosk vélarhlíf virkar frábærlega)
- 1 matskeið ferskt rifið engifer
- 6 geirar af söxuðum hvítlauk
- 2 greinar af fersku timjan
- 1 matskeið smjör
- ½ pund gulrætur í teningum
- ½ pund kartöflu í teningum
- ½ bolli vatn

LEIÐBEININGAR:

a) Blandið saman karríduftinu, lauknum, rauðlauknum, salti, pipar, chili, engifer, timjan og hálfum bolla af vatni í blandara. Bætið við meira vatni ef hráefnin blandast ekki vel saman.

b) Nuddið blöndunni inn í kjötbitana, látið marinerast í ísskápnum yfir nótt.

c) Skafið marineringuna af kjötinu og geymið til síðari tíma.

d) Bætið kjötinu og smjörinu á pönnu og brúnið varlega.

e) Setjið kjötið í pott og bætið við kartöflum, gulrótum og geymdu marineringunni og bætið svo við nægu vatni til að hylja kjötið.

f) Látið suðuna koma upp og látið malla þar til kjötið er meyrt (þetta ætti að taka 1 - 1½ klst.).

28. Nautabeinsoð

HRÁEFNI:

- 3-4 pund af blönduðum grasfóðruðum nautabeinum
- 2 meðalstórir laukar, saxaðir
- 2 meðalstórar gulrætur, saxaðar
- 3 sellerístilkar, saxaðir
- 2 lárviðarlauf
- 2 matskeiðar eplaedik
- 1 matskeið piparkorn
- 8-10 bollar vatn

LEIÐBEININGAR:

a) Hitið ofninn í 400°F.

b) Settu blönduðu beinin í steikarpönnu í einu lagi og settu það inn í ofn. Steikið beinin í 30 mínútur. Snúið beinum við og steikið í 30 mínútur í viðbót.

c) Á meðan beinin eru steikt, saxið gulrætur, lauk og sellerí. Þú ert að fara að henda þessum eftir langan tíma af eldun, svo gróft skorið virkar frábærlega!

d) Settu ristuð bein, niðurskorið grænmeti, lárviðarlauf, eplaedik og piparkorn í 6-litra crockpot. Hyljið alveg með vatni.

e) Lokið og eldið við lágan hita í 24 klukkustundir. Bætið við vatni eftir þörfum til að halda öllu innihaldsefninu þakið vatni og fletjið froðuna reglulega ofan af pottinum.

f) Eftir 24 klukkustundir ætti seyðið að vera dökkbrúnt á litinn. Fleygðu öllu föstu efni og sigtaðu soðið í gegnum fínt möskva sigti í stóra skál. Sigtið aftur í gegnum ostaklút til að fjarlægja allar agnir sem eftir eru ef þess er óskað.

g) Hellið beinasoðinu í Mason krukkur og látið það kólna að stofuhita. Beinasoði má geyma í ísskáp í allt að tvær vikur eða frysta til notkunar í framtíðinni. Áður en þú notar skaltu fleyta uppsafnaðri fitu á yfirborðinu af.

29. Kryddbeinasoð með grænu

HRÁEFNI:

- 4 ½ bollar beinasoð
- 1 tommu hnappur ferskt engifer, sneið
- 1 hvítlauksgeiri, saxaður
- ½ tsk malað túrmerik, eftir smekk
- 2 eða 3 svört piparkorn
- Klípa cayenne
- Klípa kúmen
- Klípa malaða kardimommu, valfrjálst
- 2 bollar saxað dökkt laufgrænt
- Keltneskt eða bleikt Himalayan salt, notað eftir framreiðslu

LEIÐBEININGAR:

a) Bætið öllu hráefninu, nema grænmetinu, í pott og látið malla varla í 10 til 15 mínútur.
b) Sigtið fast efni í fínn möskva sigti.
c) Bætið grænmeti við seyði og látið sitja undir loki í 10 mínútur fyrir mjúkt grænmeti eins og spínat. Fyrir trefjaríkara grænmeti eins og grænkál, látið varla malla í soðinu í 10 til 15 mínútur.

30. Kryddaður Lambapottréttur með Daikon

HRÁEFNI:

- 2 pund lambakjöt, skorið í 2 tommu bita
- 3 matskeiðar extra virgin ólífuolía
- 5 hvítlauksrif, afhýdd og mulin
- 2 taílenskir chilis, sneiddir
- ½ aura fersk engiferrót, skorin í sneiðar
- ¼ bolli Shaoxing vín eða sherry
- 3 matskeiðar dökk sojasósa
- 2 matskeiðar létt sojasósa
- 1 bolli kjúklingabeinasoð
- 1 matskeið púðursykur
- 2 tsk malað kúmen
- 3 heil stjörnuanís
- 12 aura daikon, afhýdd og skorin í teninga
- 3 matskeiðar maíssterkju
- Saxaður grænn laukur til skrauts

LEIÐBEININGAR:

a) Í stórum potti, hyljið lambið með vatni og látið sjóða, um það bil 5 mínútur. Tæmið og skolið til að þrífa. Setja til hliðar.

b) Skolaðu sama pottinn og þurrkaðu hann alveg eða notaðu stóran hollenskan ofn. Hitið ólífuolíu yfir meðalhita í um það bil 2 mínútur; bæta við hvítlauk, chili og engifer. Látið malla í eina mínútu eða þar til ilmandi.

c) Bætið lambakjöti í hollenska ofninn; eldið í 5 mínútur, hrærið oft.

d) Bætið við Shaoxing víni eða sherry, fylgt eftir með dökkri sojasósu, ljósri sojasósu, kjúklingabeinasoði, púðursykri og malað kúmeni. Slepptu stjörnuanís á pönnuna og skiptu yfir á háan hita. Lokið og látið suðuna koma upp. Lækkið hitann í lágan, látið malla í 1½ klst.

e) 45 mínútum áður en eldun er lokið, bætið daikon við lambakjötið, hrærið til að hjúpa sósunni og haltu áfram að malla þar til það er tilbúið.

f) Leysið maíssterkju upp í ¼ bolla af köldu vatni og hrærið út í lambakjötið. Þegar soðið hefur þykknað skaltu slökkva á hitanum.

g) Skreytið með grænum lauk og berið fram yfir hrísgrjónum eða kartöflumús.

31. Reykt paprikukjötsgúlasj

HRÁEFNI:

- 2 matskeiðar ólífuolía
- 2 meðalstórir laukar, sneiddir
- ¼ bolli reykt spænsk paprika
- 1 tsk sjávarsalt
- 1 (6 aura) dós tómatmauk
- 4 tsk hakkaður hvítlaukur
- 1 tsk malað kúmen
- 2 matskeiðar maíssterkju
- 1 ½ bolli nautabeinsoð
- 1 lárviðarlauf
- 3 pund nautakjöt chuck augnsteikt, snyrt og skorið í bita
- 1 (10 aura) pakki frosnar sætar baunir
- ½ bolli sýrður rjómi

LEIÐBEININGAR:

a) Hitið olíu í nonstick pönnu við miðlungsháan hita þar til hún er að malla. Bætið við lauk, papriku, salti, tómatmauki, hvítlauk og kúmeni. Eldið, hrærið oft þar til laukurinn er mjúkur og léttbrúnn (um það bil 8-10 mínútur).

b) Hrærið maíssterkju saman við. Blandið þar til maíssterkjan er jafndreifð.

c) Hrærið nautabeinasoði út í og hrærið þar til blandan er þykk, skafið upp brúna bita (um það bil 2-3 mínútur).

d) Flyttu blöndunni yfir í hægan eldavél. Bæta við lárviðarlaufi. Kryddið nautakjötið létt með salti og pipar og bætið við hæga eldavélina. Lokið og eldið á lágu í 8-10 klukkustundir eða á háu í 5-7 klukkustundir.

e) Látið matreiðsluvökvann setjast í nokkrar mínútur og fjarlægðu eins mikla fitu og mögulegt er af yfirborðinu með því að nota stóra skeið. Fjarlægðu líka lárviðarlaufið.

f) Geymið 1 bolla af eldunarvökvanum í lítilli skál. Bætið við ertum og setjið lok á hæga eldavélina í 5 mínútur í viðbót.

g) Bætið sýrðum rjóma í litlu skálina. Blandið saman við eldunarvökva þar til það er vel blandað.

h) Þegar baunirnar eru orðnar mjúkar skaltu hræra sýrða rjómablöndunni aftur í hæga eldavélina. Berið gúlasið fram yfir eggjanúðlum, hrísgrjónum eða kartöflum.

LIÐFJÁR

32. Kjúklingur og grænmeti Ramen skál

HRÁEFNI:

- 2 pund roðlausar, beinar kjúklingabringur
- ½ bolli söxuð fersk mynta
- 8 aura pakki af soðnum vermicelli hrísgrjónanúðlum
- ½ bolli hakkað ferskt kóríander
- 6 bollar ósaltað kjúklingasoð
- 1 rautt Fresno chile, þunnt sneið
- 3 matskeiðar hvítt misó
- ½ tsk kosher salt
- ¼ bolli þunnt sneiðar laukur, aðeins grænir hlutar
- 2 bollar pakkað fínt rifið hvítkál
- 1 matskeið canola olía
- 1½ bollar eldspýtugulrætur
- 8 aura pakki af ferskum shiitake sveppum í sneiðum
- 2 tsk ristað sesamolía

LEIÐBEININGAR:

a) Í nonstick pönnu, hitið canola olíuna yfir miðlungshita.
b) Eldið kjúklinginn þar til hann er létt brúnaður, um það bil 3 mínútur á hlið.
c) Setjið kjúklinginn í hægan eldavél.
d) Bætið soðinu og misó út í.
e) Bætið hvítkáli, gulrótum og sveppum í blöndunarskál.
f) Eldið, þakið, í 3 klukkustundir eða þar til kjúklingurinn er tilbúinn.
g) Fjarlægðu kjúklinginn úr hæga eldavélinni og settu hann til hliðar til að kólna.
h) Fjarlægðu og fargaðu beinunum.
i) Rífið kjúklinginn í hæfilega bita og hrærið honum saman við soðblönduna í Crockpot.
j) Dreifið núðlunum á sex skálar.
k) Setjið kjúklinga- og seyðiblönduna yfir núðlurnar.
l) Dreifið lauknum, myntu, kóríander og chile sneiðunum jafnt.
m) Dreypið sesamolíu jafnt yfir hvern skammt.

33. Karabísk kjúklinga-grænmetissoðsúpa

HRÁEFNI:

- 1 bolli Saxaður laukur
- ½ bolli saxað sellerí
- ½ bolli Rauð og græn paprika, skorin í teninga
- ½ tsk Þurrkað timjan
- 1 bolli Vatn
- 2 lárviðarlauf
- 1 tsk Chili duft
- ½ tsk karrýduft
- ¼ tsk Malað pipar
- 4½ bollar Natríumsnautt kjúklingasoð, fitulaust
- ⅛ teskeið Nýmalaður svartur pipar
- 1¼ pund Roðlausir kjúklingabringur helmingar, með bein
- ¼ bolli hvít hrísgrjón, þurr mál
- 14½ aura svartar baunir, soðnar, skolaðar og tæmdar

LEIÐBEININGAR:

a) Sameina olíu, sellerí, rauða eða græna papriku og lauk í stórum potti.

b) Eldið grænmetið í 5 mínútur á meðan hrært er oft við háan hita.

c) Bætið vatni, lárviðarlaufum, chilidufti, karrýdufti, timjani, kryddjurtum og svörtum pipar út í á meðan soðið er hrært saman við.

d) Látið suðuna koma upp eftir að kjúklingnum er bætt út í.

e) Látið malla í 25 mínútur, eða þar til kjúklingurinn er vel eldaður. Hrærið reglulega í.

f) Þegar kjúklingurinn er orðinn nógu kaldur til að hægt sé að höndla hann skaltu setja hann til hliðar.

g) Skerið kjúklinginn í hæfilega stóra bita eftir að beinin hafa verið fjarlægð.

h) Bætið baununum og hrísgrjónunum í pottinn.

i) Eldið í 15 mínútur, eða þar til hrísgrjónin eru aðeins mjúk.

j) Setjið kjúklinginn aftur í pottinn og látið malla í 5 mínútur.

k) Fargið lárviðarlaufunum.

l) Berið fram toppað með fitulausri jógúrt og saxaðri rauðri papriku.

34. Ónæmissoðsúpa

HRÁEFNI:

- 2 matskeiðar ólífuolía
- 1½ bolli saxaður laukur
- 3 sellerístilkar, þunnar sneiðar
- 2 gulrætur, þunnar sneiðar
- 1 punds sneiðar D-vítamínbættir sveppir
- 10 hvítlauksrif, söxuð
- 8 bollar ósaltað kjúklingasoð
- 4 timjangreinar
- 2 lárviðarlauf
- 15 aura dós af ósöltuðum kjúklingabaunum, tæmd
- 2 pund roðlausar, beinar kjúklingabringur
- 1½ tsk kosher salt
- ½ tsk mulin rauð paprika
- 12 aura hrokkið grænkál, stilkar fjarlægðir, blöð rifin

LEIÐBEININGAR:

a) Hitið olíuna í hollenskum ofni yfir meðalhita.

b) Bætið við lauknum, selleríinu og gulrótunum; eldið í 5 mínútur, hrærið af og til.

c) Eldið í 3 mínútur, hrærið oft, með sveppunum og hvítlauknum.

d) Bætið seyði, timjani, lárviðarlaufum og kjúklingabaunum út í og látið suðuna koma upp.

e) Bætið við kjúklingnum, salti og rauðum pipar; lokið og eldið í 25 mínútur, eða þar til kjúklingurinn er tilbúinn.

f) Rífið kjötið með tveimur gafflum; farga beinum.

g) Hrærið kjúklingnum og grænkálinu saman við; hylja og elda í 5 mínútur.

h) Fjarlægðu timjangreinar og lárviðarlauf.

35. Tonyu seyði

HRÁEFNI:

- 500 g kalkúnabein (brotin)
- 1 lítri af sojamjólk
- 20 g engifer (sneið)
- 1 blaðlauksstafur (fínt saxaður)
- salt
- 400 ml af vatni

LEIÐBEININGAR:

a) Taktu stóran pott og bætið við kalkúnabeinum, blaðlauk, engifer og 400 ml af vatni.

b) Látið allt elda í um 15 mínútur með lokinu lokað.

c) Opnaðu lokið og bíddu þar til soðið hefur minnkað í u.þ.b. 100-150 ml.

d) Bætið sojamjólkinni út í og látið malla í 10 mínútur í viðbót. Viðvörun: sojamjólk brennur auðveldlega.

e) Sigtið soðið. Setjið 235 ml hvern í soðsúpuskál. Bætið við pasta og áleggi að vild.

36. Soðsúpa með kjúklingi og parmesan

HRÁEFNI:

- 2 pund heill kjúklingur, skorinn í bita
- 3 aura fullfeiti mjólk
- 1 tsk ferskur sítrónusafi
- ½ tsk ferskt engifer, rifið
- 2 hvítlauksrif, söxuð
- 4 aura kotasæla, við stofuhita
- 2 banani skalottlaukur, afhýddir og saxaðir
- 1 gulrót, saxuð
- 2 matskeiðar smjör
- 1 matskeið þurrkað rósmarín
- ¼ tsk malaður svartur pipar
- Sjávarsalt, eftir smekk
- 4 bollar kjúklingasoð, lítið natríum
- ½ bolli parmesanostur, helst nýrifinn
- 1 matskeið fersk steinselja, söxuð

LEIÐBEININGAR:

a) Settu kjúklingabitana, mjólk, sítrónusafa, engifer og hvítlauk í blöndunarskál; látið marinerast í 1 klst í kæli.

b) Bætið kjúklingnum, ásamt marineringunni, í instant pottinn þinn. Bætið við kotasælu, skalottlaukum, gulrót, smjöri, rósmaríni, svörtum pipar, salti og kjúklingasoði.

c) Festið lokið. Ýttu á hnappinn „Soyðarsúpa" og eldið í 35 mínútur. Þegar eldun er lokið skaltu nota hraðpressu.

d) Fjarlægðu kjúklinginn úr eldunarvökvanum. Fargið beinunum og bætið kjúklingnum aftur í Instant Pot.

e) Bætið nýrifum parmesanosti við heitan eldunarvökvann; hrærið þar til það er bráðnað og allt er vel blandað saman. Hellið í einstakar framreiðsluskálar, skreytið með ferskri steinselju og njótið!

37. Shoyu seyði

HRÁEFNI:

- 4 teskeiðar af kókosolíu
- 2 meðalstórar gulrætur (afhýddar og grófsaxaðar)
- ½ laukur (afhýddur og saxaður)
- 3 vorlaukar (sneiddir)
- 1 epli (kjarnahreinsað, afhýtt og skorið gróft)
- 2 sellerístilkar (gróft skornir)
- 5 hvítlauksrif (afhýdd)
- 5 þurrkaðir shiitake sveppir (brotnir í litla bita)
- 1 heill kjúklingur
- 4 nautahalastykki (ca. 5 cm hver)
- 1 sítróna (í fjórðungi)
- 2,2 lítrar af natríumsnautt kjúklingasoði
- 175 ml sojasósa
- 4 matskeiðar dashi korn
- 2 teskeiðar af salti
- ½ tsk hvítur pipar
- 1 lárviðarlauf

LEIÐBEININGAR:

a) Setjið kókosolíu, gulrætur, lauk, epli, sellerí, Knoblauch og þurrkaða Shiitake-bunkann í pottinn.

b) Bætið síðan heilum kjúklingi, uxahala og sítrónu saman við. Setjið hollenska ofninn í ofninn í 8-10 klukkustundir og hitið hann í 90°C. Þegar uxahalinn losnar auðveldlega af beininu er hann búinn.

c) Notaðu skeið til að fjarlægja grófari bita. Sigtið afganginn í stórum potti. Þú ættir nú að fá brúna, glansandi, fituríka seyðisúpu.

d) Látið soðið sjóða í potti. Setjið 235 ml af seyðisúpunni í hverja seyðisúpuskál. Bætið við pasta og áleggi að vild.

38. Shio seyði

HRÁEFNI:

- 1 meðalstór gulrót (afhýdd og gróft hakkað)
- ½ laukur (afhýddur og saxaður)
- 3 vorlaukar (sneiddir)
- ½ epli (kjarnahreinsað, afhýtt og skorið gróft)
- 1 sellerístilkur (skorinn)
- 3 hvítlauksrif
- 5 ferskir shiitake sveppir
- 120 ml af kókosolíu
- 1 tsk sesamolía
- 3 matskeiðar dashi korn
- 2 teskeiðar af salti

SOÐI:

- 2 tsk ósaltað smjör (í hverjum skammti)
- Natríumsnautt kjúklinga- eða grænmetissoð (235 ml í hverjum skammti)
- Mirin (sætt hrísgrjónavín; 2 teskeiðar í hverjum skammti)
- 1 stórt ferhyrnt stykki af kombu (ca. 25 cm á lengd, gróft skorið)
- Þurrkaðir shiitake sveppir (muldir; 2 sveppir í hverjum skammti)

LEIÐBEININGAR:

a) Setjið gulrót, lauk, vorlauk, eplið, hvítlauksrif og ferska shiitake sveppina í matvinnsluvél og saxið allt þar til það myndast mauk.

b) Hitið kókosolíu og sesamolíu í meðalstórum potti við meðalhita. Bætið ávaxta- og grænmetismaukinu út í og eldið í um 10-12 mínútur. Bætið svo dashi kornunum og salti út í. Hrærið vel saman.

c) Fyrir soðið, setjið smjörið í stóran pott og setjið það á meðalhita. Þegar smjörið byrjar að brúnast aðeins og lykta af hnetum er kjúklinga- eða grænmetissoðinu, mirin, kombu og þurrkuðum shiitake sveppum bætt út í. Látið suðuna koma upp.

d) Lækkið þá hitann og látið malla í 15 mínútur. Notaðu skeið til að fjarlægja grófari bita. Bætið Shio grænmetis- og ávaxtabotninum út í.

e) Setjið 235 ml hvern í soðsúpuskál. Bætið við pasta og áleggi að vild.

39. Kjúklingakálssoð

HRÁEFNI:

- 2½ pund kjúklingur (aðeins bein
- 1 lítill laukur; afhýdd og helmingaður
- 1 tsk þurrkað lárviðarlauf
- 1 sellerístilkur; skorin í þriðju
- 1 grein ferskt grænkál
- 8 bollar vatn
- Salt og svartur pipar eftir smekk

LEIÐBEININGAR:

a) Hellið vatninu í instant pottinn.

b) Setjið allt hráefnið í vatnið. Lokaðu pottlokinu og snúðu þrýstilosunarhandfanginu í lokaða stöðu.

c) Veldu handvirka aðgerðina; stilltu á háþrýsting og stilltu teljarann á 60 mínútur

d) Þegar það pípir; Natural Slepptu gufunni í 10 mínútur og opnaðu strax pottlokið.

e) Sigtið tilbúna soðið í gegnum netsíu og fleygið öllu föstu efninu, fletjið alla yfirborðsfituna af og berið fram heitt.

40. Kjúklinganúðlusúpa

HRÁEFNI:

- 3 ½ pund kjúklingur/steikingarkjúklingur, skorinn í sundur og roðhreinsaður
- 2 með. gulrætur, skrældar og saxaðar
- ½ c. laukur, saxaður
- 2 sellerístilkar, saxaðir
- 2 ½ tsk salt
- 2 tsk þurrkaðar steinseljuflögur
- ¾ teskeið þurrkuð marjoram lauf
- ½ tsk þurrkuð basilíkublöð
- ¼ tsk alifuglakrydd
- ¼ tsk pipar
- 1 lárviðarlauf
- 8 c. vatn
- 2½c. af meðalstórum eggjanúðlum, ósoðnum

LEIÐBEININGAR:

a) Settu fyrstu 4 hráefnin í crock pottinn í röðinni. Blandið salti og næstu 6 hráefnum stráð yfir grænmetið. Bætið 6 bollum af vatni; hyljið og eldið við lága stillingu í 8 til 10 klukkustundir. Fjarlægðu kjúkling og lárviðarlauf; bætið hinum 2 bollum af vatni við. Hrærið núðlum saman við og eldið, þakið, við háa stillingu í 20 mínútur.
b) Á meðan fjarlægðu beinin úr kjúklingnum og skerðu kjúklinginn í hæfilega bita. Bætið í pottinn, hrærið til að blanda saman.
c) Eldið 15 mínútur á háu hitastigi, þakið eða þar til núðlurnar eru mjúkar.

41. Suður-Tyrkland seyðisúpa

HRÁEFNI:

- 2 tsk kókosolía
- 2 laukar, saxaðir
- 2 hvítlauksgeirar, smátt saxaðir
- ½ tsk nýrifinn engifer
- 2 tómatar, saxaðir
- 1 sellerístilkur með laufum, saxaður
- 1 tsk þurrkuð basil
- 1⁄2 tsk þurrkað rósmarín
- 1 lárviðarlauf
- ¼ tsk nýmalaður svartur pipar
- ½ tsk rauðar piparflögur, muldar
- Sjávarsalt, eftir smekk
- 3 kalkúnalæri
- 4 bollar ristað grænmetissoð
- 1⁄4 bolli fersk steinselja, smátt söxuð

LEIÐBEININGAR:

a) Ýttu á „Sauté" hnappinn til að hita upp Instant Pot. Hitið nú olíuna. Steikið laukinn og hvítlaukinn þar til hann er mjúkur og ilmandi.

b) Bætið við rifnum engifer, tómötum, sellerí, basil, rósmarín, lárviðarlaufi, svörtum pipar, rauðum pipar, salti, kalkúnalæri og grænmetissoði.

c) Festið lokið. Veldu „Manual" stillinguna og eldið í 15 mínútur við háan þrýsting. Þegar eldun er lokið skaltu nota hraðþrýstingslosara; fjarlægðu lokið varlega.

d) Fjarlægðu kalkúnalæri úr seyðisúpunni; fargið beinunum, tætið kjötið í sundur og setjið það aftur í Instant Pot.

e) Bætið ferskri steinselju út í og hrærið vel. Berið fram í einstökum skálum. Verði þér að góðu!

42. Fasana og hrísgrjónasoðsúpa

HRÁEFNI:

- 1 klæddur fasan, skorinn í bita
- vatn til að hylja

Soðsúpa:

- 1 kv. seyði
- 1 gulrót skorin í teninga (1/3 til! c.)
- 2 matskeiðar skorinn laukur
- t c. sneið sellerí
- 1 bolli soðinn fasan í teningum
- 2 matskeiðar hrísgrjón
- l teskeiðar sellerísalt
- ! teskeiðar salt eða meira eftir smekk
- t teskeiðar pipar

LEIÐBEININGAR:

a) **Fyrir fasan:**Sjóðið í 30 til 40 mínútur þar til kjötið er meyrt og losnar auðveldlega af beinum. Flott. Takið kjötið af beinum og sigtið soðið.

b) **Fyrir seyðisúpuna:**Blandið öllu hráefninu saman og látið malla í 15 mínútur. Þetta er hægt að gera fyrirfram og hita upp aftur til að bera fram. Berið fram með stökkum kex.

43. Kjúklingabeinasoð

The picture can't be displayed.

HRÁEFNI:

- 1 kjúklingabein
- 6 bollar vatn
- ¼ bolli eplaedik
- 1 matskeið sjávarsalt

LEIÐBEININGAR:

a) Bætið öllu hráefninu í instant pottinn.

b) Lokið pottinum með loki og eldið í handvirkri stillingu í 60 mínútur.

c) Leyfðu að losa þrýsting náttúrulega í 10 mínútur og slepptu síðan með hraðlosunaraðferð.

d) Sigtið soðið og geymið.

44. Kjúklinga- og kókossoðsúpa

HRÁEFNI:

- 2 hvítlauksrif, söxuð
- 2 matskeiðar jurtaolía
- 4 matskeiðar karrýduft
- 3 bollar kjúklingasoð
- tvær 14 aura dósir ósykrað kókosmjólk
- 1 bolli vatn
- 2 stilkar af sítrónugrasi, ytri blöðunum hent, endarnir snyrtir og 5 tommur af neðri stilkunum hakkað
- tíu ⅛ tommu þykkar sneiðar af skrældar ferskum engiferrót
- 1 tsk svört piparkorn
- 1 heil kjúklingabringa með skinni og beinum (um 1 pund)
- ½ pund þurrkaðar hrísgrjónastanganúðlur (hrísgrjónavermicelli)
- 6 matskeiðar ferskur lime safi
- 6 matskeiðar asísk fiskisósa eins og nuoc mam
- ⅓ bolli saxað ferskt kóríander
- Asísk chiliolía eftir smekk ef vill

LEIÐBEININGAR:

a) Í þungum potti eldið hvítlaukinn í jurtaolíunni við miðlungs lágan hita, hrærið þar til hann er ilmandi, bætið karríduftinu út í og eldið blönduna, hrærið í, í 30 sekúndur. Hrærið soðið, kókosmjólkinni, vatninu, sítrónugrasinu, engiferrótinni og piparkornunum saman við og látið suðuna koma upp. Bætið kjúklingnum út í og steikið hann í 20 mínútur, eða þar til hann er eldaður í gegn. Flyttu kjúklinginn með skál yfir í skál og láttu hann kólna, haltu rjúpnablöndunni heitri.

b) Á meðan kjúklingurinn er að kólna, leggið núðlurnar í stóra skál í volgu vatni til að hylja í 5 mínútur, tæmið þær og eldið þær í 5 mínútur í stórum potti með söltu sjóðandi vatni. Tæmdu núðlurnar í sigti, skolaðu þær undir köldu vatni og tæmdu þær vel.

c) Fleygðu hýðinu og beinum af kjúklingnum, rífðu kjötið í sundur og hrærðu því út í rjúpnablönduna með limesafanum og fiskisósunni. Eldið seyðisúpuna við vægan hita, hrærið þar til hún er heit, skiptið núðlunum í 6 til 8 skálar og hellið soðsúpunni yfir þær. Stráið seyðisúpunni yfir kóríander og dreypið chili olíunni yfir.

45. Sveppir kjúklingasoðsúpa

HRÁEFNI:

- 2 matskeiðar kókosolía
- 1 ½ bolli saxaður laukur
- 3 sellerístilkar, þunnar sneiðar
- 2 stórar gulrætur, þunnar sneiðar
- 1 pund forsneiðar D-vítamínbættir sveppir
- 10 meðalstór hvítlauksrif, söxuð
- 8 bollar ósaltað kjúklingasoð
- 4 timjangreinar
- 2 lárviðarlauf 1 (15 aura) dós ósaltaðar kjúklingabaunir, tæmd
- 2 pund roðlausar, beinar kjúklingabringur
- 1 ½ tsk kosher salt
- ½ tsk mulin rauð paprika
- 12 aura hrokkið grænkál, stilkar fjarlægðir, blöð rifin

LEIÐBEININGAR:

a) Hitið olíuna yfir miðlungshita í stórum hollenskum ofni.

b) Bætið við lauknum, selleríinu og gulrótunum; látið malla í 5 mínútur, hrærið reglulega. Bætið sveppunum og hvítlauknum út í og látið malla í 3 mínútur, hrærið oft.

c) Bætið seyði, timjani, lárviðarlaufum og kjúklingabaunum saman við; látið suðuna koma upp. Bætið við kjúklingnum, salti og rauðum pipar; hyljið og eldið í um 25 mínútur, eða þar til kjúklingurinn er tilbúinn.

d) Takið kjúklinginn úr hollenska ofninum og setjið til hliðar til að kólna aðeins. Rífið kjötið í sundur með 2 gafflum; farga beinum.

e) Hrærið kjúklingnum og grænkálinu saman við; hyljið og eldið í 5 mínútur, eða þar til grænkálið er varla meyrt.

f) Fjarlægðu lárviðarlaufin og timjangreinarnar.

g) Berið fram.

46. Kjúklingur með kryddjurtasoði

HRÁEFNI:

- 2½ pund kjúklingabein
- 1 lítill laukur; afhýdd og helmingaður
- 1 tsk þurrkað lárviðarlauf
- 1 grein fersk steinselja
- ½ tsk heil svört piparkorn
- ¼ tsk oregano
- ¼ tsk þurrkuð basil
- 8 bollar vatn
- 1 tsk sjávarsalt

LEIÐBEININGAR:

a) Hellið vatninu í instant pottinn.
b) Setjið allt hráefnið í vatnið
c) Lokaðu pottlokinu og snúðu þrýstilosunarhandfanginu í lokaða stöðu.
d) Veldu handvirka aðgerðina; stilltu á háþrýsting og stilltu teljarann á 60 mínútur
e) Þegar það pípir; Natural Slepptu gufunni í 10 mínútur og opnaðu strax pottlokið.
f) Sigtið tilbúna soðið í gegnum netsíu og fleygið öllu föstu efninu, fletjið alla yfirborðsfituna af og berið fram heitt.

47. Chili kjúklingur í kókosmjólk

HRÁEFNI:

- 1 pund bein- og roðlaus kjúklingur, skorinn í teninga
- 1 msk rauð chili sambal
- 3 matskeiðar ghee
- ½ tsk sinnepsfræ
- 8 fersk karrýblöð
- 2 tsk engifer-hvítlauksmauk
- 2 litlir tómatar, saxaðir
- ½ tsk túrmerikduft
- Borðsalt, eftir smekk
- Vatn, eftir þörfum
- Kókosmjólk, til skrauts

LEIÐBEININGAR:

a) Blandið kjúklingnum og sambal saman í skál. Setjið til hliðar í 15 mínútur.

b) Hitið ghee á meðalstórri pönnu. Bætið sinnepsfræjunum út í; þegar þeir byrja að sprauta, bætið þá karrýlaufunum, engifermaukinu og tómötunum út í.

c) Látið malla í um 8 mínútur og bætið svo túrmerikinu og salti út í og hrærið vel. Bætið um 1 bolla af vatni út í og eldið, án loks, í 10 mínútur.

d) Bætið kjúklingnum út í (ásamt öllu rauða chili sambalinu) og eldið við meðalhita þar til kjúklingurinn er eldaður í gegn, um 5 mínútur.

e) Skreytið með kókosmjólkinni og berið fram heitt.

48. Rainbow grænmetiskjúklingasúpa

HRÁEFNI:

- 2 matskeiðar ólífuolía
- 1 pund kjúklingadrometta
- 1 gulur laukur, saxaður
- 2 hvítlauksgeirar, saxaðir
- 1 rauð paprika, fræhreinsuð og skorin í sneiðar
- 1 græn paprika, fræhreinsuð og skorin í sneiðar
- 1 appelsína paprika, fræhreinsuð og skorin í sneiðar
- 1 gulrót, þunnt skorin
- 1 pastinip, þunnt sneið
- ¼ bolli Rósavín
- Sjávarsalt og malaður svartur pipar, að þínum smekk
- ½ tsk þurrkað dill
- ½ tsk þurrkað oregano
- 1 msk kornótt kjúklingabringa
- 4 bollar vatn

LEIÐBEININGAR:

a) Ýttu á „Sauté“ hnappinn til að hita upp Instant pottinn þinn; Hitið nú olíuna þar til hún er snarka. Steikið síðan laukinn og hvítlaukinn þar til hann er mjúkur og ilmandi.

b) Bæta við papriku, gulrótum og pastinip; eldið í 3 mínútur til viðbótar eða þar til grænmetið er mjúkt. Bættu við skvettu af rósavíni til að gljáa botninn á Instant Potinu þínu.

c) Hrærið síðan restinni af hráefninu saman við; hrærið til að blandast vel saman.

d) Festið lokið. Veldu „soðasúpa“ ham og háþrýsting; elda í 20 mínútur. Þegar eldun er lokið skaltu nota hraðpressu. Fjarlægðu lokið varlega.

e) Fjarlægðu kjúklingavængina úr eldunarvökvanum; fargið beinunum og saxið kjötið.

f) Bætið kjúklingakjöti aftur í Instant Pot, hrærið og berið fram heitt. Verði þér að góðu!

49. Heitt kjúklingasoðsúpa

HRÁEFNI:

- 2 matskeiðar vínberjaolía
- 2 banani skalottlaukar, saxaðir
- 4 hvítlauksgeirar, saxaðir
- 1 bolli Cremini sveppir, skornir í sneiðar
- 2 paprikur, fræhreinsaðar og skornar í sneiðar
- 1 serrano pipar, fræhreinsuð og skorin í sneiðar
- 2 þroskaðir tómatar, maukaðir
- 1 tsk porcini duft
- 2 matskeiðar þurrt hvítvín
- Sjávarsalt og malaður svartur pipar, að þínum smekk
- 1 tsk þurrkuð basil
- ½ tsk þurrkað dill illgresi
- 5 bollar seyði, helst heimagert
- 4 kjúklingavængir

LEIÐBEININGAR:

a) Ýttu á „Sauté" hnappinn og hitaðu olíuna. Þegar það er heitt, steikið skalottlaukana þar til hann er aðeins mjúkur og ilmandi.
b) Bæta við hvítlauk, sveppum og papriku; eldið í 3 mínútur til viðbótar eða þar til það er mjúkt.
c) Hrærið nú tómötum, porcini dufti, hvítvíni, salti og svörtum pipar út í. Bætið restinni af hráefnunum saman við og hrærið til að blanda saman.
d) Festið lokið. Veldu „Handvirkt" stillingu og háþrýsting; elda í 18 mínútur. Þegar eldun er lokið skaltu nota hraðpressu.
e) Gakktu úr skugga um að losa alla gufu sem eftir er og fjarlægðu lokið varlega. Fjarlægðu kjúklingavængina úr Instant Pot. Fargið beinunum og saxið kjötið.
f) Bætið kjúklingakjöti aftur í Instant Pot. Hellið í einstakar skálar og berið fram heitt. Verði þér að góðu!

50. Latur kjúklingur Carnitas

HRÁEFNI:

- 3 pund heil kjúklingur, skorinn í bita
- 3 hvítlauksrif, pressuð
- 1 guajillo chili, hakkað
- 1 matskeið avókadóolía
- ⅓ bolli ristað grænmetissoð
- Sjávarsalt, eftir smekk
- ½ tsk malað lárviðarlauf
- ⅓ teskeið cayenne pipar
- ½ tsk paprika
- ⅓ teskeið svartur pipar
- 1 bolli crème fraiche, til að bera fram
- 2 hrúgafullar matskeiðar ferskt kóríander, saxað

LEIÐBEININGAR:

a) Setjið allt ofangreint hráefni, nema crème fraiche og ferskt kóríander, í Instant Pot.

b) Festið lokið. Veldu stillinguna „alifugla" og eldið í 15 mínútur. Þegar eldun er lokið skaltu nota hraðþrýstingslosara; fjarlægðu lokið varlega.

c) Rífið kjúklinginn í sundur með tveimur gafflum og fargið beinum. Bætið ögn af crème fraiche í hvern skammt og skreytið með fersku kóríander. Njóttu!

51. Tyrklandssoð

HRÁEFNI:

- 5 pund kalkúnabein/grindur, skoluð undir köldu vatni
- 1 lítra kalt vatn
- 12 aura mirepoix
- Poki (1 lárviðarlauf, 2 greinar ferskt timjan, 5 heil svört piparkorn og 3 steinseljustilkar, allt vafið inn í ostaklút og bundið með sláturgarni)

LEIÐBEININGAR:

a) Setjið kalkúnabein í soðpott og hyljið með köldu vatni. Látið suðuna koma upp. Þegar óhreinindin eru farin að stíga upp á yfirborðið skal fleyta þeim af og henda.
b) Bætið poka og mirepoix í soðpottinn. Eldið rétt undir suðu í 3-6 klukkustundir, fletjið oft. Látið ekki sjóða.
c) Undirbúið miðlungs til fínt möskva sigti sem er sett yfir ryðfríu stáli skál eða ílát.
d) Helltu soðinu í gegnum Kínahettuna eða chinois til
e) Til að kæla seyði fljótt skaltu fylla vaskinn með ísvatni og setja ílát með áþynntu seyði í ísbað. Geymið í kæli þar til öll fitan sem eftir er storknar á yfirborðinu.
f) Lyftu eða flettu fitunni af köldu soðinu.
g) Notaðu soðið sem grunn fyrir sósu, seyðisúpu eða í fyllinguna þína.

52. Tælensk kókoshnetutómatbisque

HRÁEFNI:

- 1 matskeið kókosolía
- ½ meðalstór laukur, saxaður
- 2 hvítlauksgeirar, saxaðir
- 2 tsk engifer, rifinn
- 1 tsk sítrónugras, mulið
- 2 (14 aura) dósir af hægelduðum tómötum
- 1 (14 aura) dós af tómatsósu
- 2 ½ bollar kjúklingabeinasoð
- 1 (14 aura) dós ósykrað fullfeiti kókosmjólk
- 1 tsk garam masala krydd
- ½ tsk túrmerik
- ¼ tsk múskat
- Sjávarsalt og nýmalaður svartur pipar eftir smekk

LEIÐBEININGAR:

a) Hitið kókosolíu í stórum potti yfir meðalháum hita. Bætið lauk, hvítlauk, engifer og sítrónugrasi í brædda olíu. Steikið í 1 til 2 mínútur eða þar til laukurinn er orðinn mjúkur og hálfgagnsær.
b) Bæta við hægelduðum tómötum, tómatsósu og seyði. Þegar blandan sýður skaltu lækka hitann í lágan. Bætið restinni af hráefnunum saman við, hrærið, setjið lok á og látið malla í 15 mínútur.
c) Flyttu innihaldinu í matvinnsluvél og blandaðu þar til það er gott slétt bisque. Berið fram heitt.

53. Blómkál Vichyssoise

HRÁEFNI:

- 2 matskeiðar ghee
- 1 hvítlauksgeiri, saxaður
- 2 blaðlaukar, skornir í þunnar sneiðar
- 4 bollar (1 lítri) kjúklingabeinasoð
- ½ bolli niðursoðin fullfeiti kókosmjólk
- 3 bollar blómkálsblóm
- ½ tsk timjan
- 1 tsk Celtic eða Pink Himalayan salt
- ½ tsk svartur pipar
- ½ tsk örvarót blandað með 1 matskeið af vatni

LEIÐBEININGAR:

a) Bræðið ghee í stórum katli við meðalháan hita. Bætið hvítlauk og blaðlauk út í og lækkið hitann í miðlungs lágan. Steikið í 6 til 8 mínútur til að mýkjast.

b) Hækkið hitann í meðalháan og bætið við seyði, kókosmjólk, blómkáli, timjani, salti og pipar. Þegar seyðisúpan byrjar að malla, lækkið hitann niður í miðlungs lágan og látið malla í 15 til 20 mínútur þar til blómkálið er soðið í gegn.

c) Maukið með hrærivél, blandara eða matvinnsluvél þar til það er slétt og rjómakennt. Farið aftur í ketil og bætið örvarrótinni við. Látið malla þar til seyðisúpan þykknar, bætið við meiri örvarót ef óskað er eftir þykkari seyðisúpu.

54. Kjúklinga engiferbeinasoð

HRÁEFNI:

- 2 pund kjúklingabein
- 1 gulur eða hvítur laukur, saxaður gróft
- 2 aura ferskt engifer, sneið
- 2 matskeiðar eplaedik
- 1 matskeið heil piparkorn
- 2 lárviðarlauf
- 8-10 bollar af vatni

LEIÐBEININGAR:

a) Setjið kjúklingabein og allt sem eftir er af hráefninu í hægan eldavél og hyljið með vatni.

b) Lokið og eldið á lágum hita í 12-18 klukkustundir.

c) Fargið öllu föstu efni og sigtið beinasoðið í gegnum fínt möskva sigti í stóra skál. Sigtið aftur í gegnum ostaklút til að fjarlægja allar agnir sem eftir eru ef þess er óskað.

d) Hellið í loftþéttar krukkur og geymið í kæli í allt að tvær vikur, eða frystið til notkunar í framtíðinni.

ELDA MEÐ SOÐI

55. Seyði Quinoa salat

HRÁEFNI:

- 2 bollar ósoðið kínóa
- 3 ½ bollar kjúklingabeinasoð
- 1 5-eyri pakki vorblanda
- 1 pint kirsuberjatómatar, helmingaðir
- ¼ bolli extra virgin ólífuolía
- Kosher salt eftir smekk
- Nýmalaður svartur pipar eftir smekk
- Safi úr 1 sítrónu

LEIÐBEININGAR:

a) Skolaðu quinoa undir köldu rennandi vatni.

b) Færið hreinsað kínóa í stóran pott, bætið beinasoði út í og látið suðuna koma upp. Settu hitann í lágan og láttu malla í 15-25 mínútur þar til kínóaið er meyrt og allur vökvinn hefur verið dreginn í sig.

c) Þegar kínóaið er soðið, takið það af hitanum og látið kólna alveg.

d) Bætið vorblöndunni, kirsuberjatómötum, ólífuolíu, salti, pipar og sítrónusafa í stóra skál eða í sama pott. Blandið þar til allt hráefnið hefur blandast vel saman. Njóttu!

56. Chipotle ristað grænmetiskúskús

HRÁEFNI:

- 12 aura frosin asísk hrærð grænmetisblanda (spergilkál, smákorn, sveppir, gulrætur, grænar baunir)
- 2 matskeiðar extra virgin ólífuolía, skipt
- ½ bolli rauðlaukur, sneiddur
- 1 bolli frosnir maískorn
- 1 bolli kjúklingabeinasoð
- Salt og pipar, eftir smekk
- 2 tsk Chipotle Adobo sósa
- ¾ bolli venjulegt kúskús
- ½ tsk sítrónubörkur
- 2 matskeiðar sítrónusafi

LEIÐBEININGAR:

a) Forhitið ofninn í 425°F. Grænmeti í örbylgjuofni á háum hita í 5 mínútur. Skerið síðan í litla bita. Setjið á bökunarplötu; húðaðu með 1 matskeið olíu. Bakið í 10-12 mínútur, hrærið einu sinni í hálfa leið, eða þar til þær eru ljósbrúnar.

b) Forhitið meðalstóran pott á miðlungs hátt í 1–2 mínútur. Setjið 1 matskeið olíu sem eftir er á pönnuna, bætið síðan lauk og maís við; eldið og hrærið í 2-3 mínútur eða þar til laukurinn er orðinn mjúkur. Bætið við kjúklingabeinasoði, kryddið með ½ tsk sjávarsalti og pipar, bætið við Chipotle Adobo sósu; látið suðuna koma upp.

c) Fjarlægðu pönnu af hitanum; hrærið kúskús út í, hyljið og látið standa í 5 mínútur. Á meðan, skalið/rífið sítrónubörkinn og kreistið sítrónu fyrir safa (2 matskeiðar).

d) Fluffið kúskús með gaffli; blandið saman (hrærið varlega) ristuðu grænmeti, börki og safa saman við. Njóttu!

57. Southern Collard Greens

HRÁEFNI:

- 4 sneiðar beikon, skornar í ¼ tommu bita
- 1 meðalstór sætur laukur, skorinn í teninga
- Kosher salt
- 3 hvítlauksrif, söxuð
- 6 bollar kjúklingabeinasoð
- 2 búntar ferskt grænmeti, stilkað og gróft saxað
- Nýmalaður svartur pipar

LEIÐBEININGAR:

a) Stilltu ofngrind í neðri-miðju stöðu og hitaðu ofninn í 350°F.
b) Eldið beikon í stórum hollenskum ofni við miðlungsháan hita í um það bil 2 mínútur þar til fitan byrjar að myndast.
c) Hrærið lauk og smá salti saman við. Eldið þar til laukurinn er orðinn mjúkur, um 5-7 mínútur. Bætið hvítlauk út í og hrærið í 30 sekúndur.
d) Bætið beinasoði út í og látið suðuna koma upp. Bætið grænmetinu út í, handfylli í einu, þar til það er visnað.
e) Lokið og setjið pottinn í ofninn. Eldið í 45 mínútur eða þar til grænmetið er mjúkt. Takið úr ofninum. Kryddið með meira salti og svörtum pipar. Berið fram með heitri sósu.

58. Seyði gufusoðinn spergilkál

HRÁEFNI:

- 1 pund spergilkál (um 2 höfuð)
- 2 matskeiðar kókosolía
- 2 tsk hakkaður hvítlaukur
- ¼ bolli kjúklingabeinasoð
- ¾ tsk sjávarsalt eða meira ef vill
- 1 matskeið kókos amínó (valfrjálst)

LEIÐBEININGAR:

a) Útbúið spergilkál með því að fjarlægja stilkana og skera í blóma ef þú notar spergilkálhausa. Setja til hliðar.

b) Hitið kókosolíu yfir meðalhita í um það bil 5 mínútur á stórri suðupönnu (með loki). (Það gæti tekið styttri tíma fyrir olíuna að hitna á gaseldavél.)

c) Bætið hvítlauk út í og hrærið þar til ilmandi, um 30 sekúndur.

d) Setjið spergilkálið á pönnuna, síðan með salti og steikið í um það bil eina mínútu.

e) Hellið vatni eða seyði yfir spergilkálið og látið gufa í 5 mínútur eða þar til spergilkálið er meyrt.

f) Valfrjálst, hrærið í matskeið kókoshnetu amínó til að bæta smá umami bragði. Njóttu!

59. Seyði drukknuð egg

The picture can't be displayed.

HRÁEFNI:

- 8 Roma tómatar, ristaðir
- 1 bolli ferskt kóríander, þétt pakkað
- 3 hvítlauksrif
- 1 habanero pipar (má sleppa)
- ½ bolli hvítlaukur, skorinn í gróft sneiðar
- ½ bolli kjúklingabeinasoð
- Salt eftir smekk
- 6 egg
- Nýmalaður svartur pipar

LEIÐBEININGAR:

a) Forhitið ofninn í 350°F. Steikið Roma tómata í 10 mínútur. Í millitíðinni, undirbúið annað hráefni.

b) Þegar tómatarnir eru tilbúnir skaltu fjórða þá. Blandið öllu hráefninu saman í matvinnsluvél eða blandara. Bætið við klípu af salti. Púlssaxið þar til engir stórir bitar eru eftir. Þú gerðir bara frábæra salsa!

c) Skelltu út 2 bollum salsa í stóra pönnu sem festist ekki við. Brjótið og sleppið 6 eggjum í salsa. Ekki skarast eggin.

d) Lokið og látið suðuna koma upp (um það bil 5 mínútur). Lækkið hitann niður í miðlungs og látið malla í 3-5 mínútur í viðbót miðað við hversu vel þú vilt hafa eggin þín.

e) Stráið nýmöluðum svörtum pipar yfir og skreytið með kóríanderlaufum. Berið fram!

60. Beinasoð gufusoðin egg

HRÁEFNI:

- 3 egg
- 1 bolli kjúklingabeinasoð
- 1 msk kókos amínó eða sojasósa
- Saxaður grænn laukur til skrauts

LEIÐBEININGAR:

a) Þeytið eggin í meðalstórri gufuþolinni skál. Bætið við kjúklingabeinasoði og kókoshnetumínóum. Blandið vel saman.
b) Bætið smá vatni í pott sem er stærri en skálin. Settu skálina í pottinn og láttu vatnið koma upp um 1 tommu fyrir utan skálina.
c) Lokið og stillið hitann í háan. Gufu í 8 mínútur, ótruflaður. Athugaðu hvort eggin séu storknuð. Ef þau eru enn vatnsmikil skaltu bæta við 2-5 mínútum af eldunartíma.
d) Fjarlægðu gufusoðnu eggin varlega úr pottinum með því að nota ofnhantlinga. Stráið söxuðum grænum lauk yfir. Njóttu!

61. Beinsoð gufusoðin egg með samlokum

HRÁEFNI:

- 1 bolli kjúklingabeinasoð
- 3 egg
- 1 msk kókos amínó eða sojasósa
- 2 matskeiðar Shaoxing vín eða sherry
- 8-10 samlokur
- Saxaður grænn laukur til skrauts

LEIÐBEININGAR:

a) Bætið kjúklingabeinasoði og matreiðsluvíni í meðalstóran pott. Látið suðuna koma upp, bætið svo samlokum út í. Lokið til að elda í um það bil 5 mínútur. Á þessum tímapunkti ættu samlokurnar að byrja að opna.

b) Fjarlægðu samlokur og settu til hliðar. Látið matreiðsluvökvann kólna alveg.

c) Þeytið egg í meðalstórri gufuþolinni skál. Hrærið samlokavökvanum og kókoshnetuamínóunum saman við. Blandið vel saman. Setjið samlokur í eggjablönduna.

d) Notaðu sama pottinn, bættu við smá vatni. Setjið eggjablönduskálina inn í hana og leyfið vatninu að koma upp 1 tommu fyrir utan skálina.

e) Lokið og stillið hitann í háan. Gufu í 8 mínútur, ótruflaður. Athugaðu hvort eggin séu storknuð. Ef það er enn vatnsmikið skaltu bæta við 2-5 mínútum af eldunartíma.

f) Fjarlægðu gufusoðnu eggin varlega úr pottinum með því að nota ofnhantlinga. Skreytið með söxuðum grænum lauk. Njóttu!

62. Glútenlaust Mapo Tofu

HRÁEFNI:

- 1 (16 aura) kubba mjúkt tófú
- 4 aura nautahakk eða svínakjöt
- 1 tsk sesamolía
- 2 tsk Shaoxing vín eða þurrt sherry
- 1 tsk maíssterkju
- ½ tsk sjávarsalt
- 3 matskeiðar jurtaolía, skipt
- 1 matskeið hakkað engifer
- 2 tsk hakkaður hvítlaukur
- 1 ½ bolli nautabeinsoð
- 1 ½ matskeið heit chili olía með föstu piparefni
- ½ tsk fínmalaður Sichuan pipar (aka deyfandi pipar)
- 1 msk maíssterkja, leyst upp í 2 msk köldu vatni
- ½ tsk púðursykur
- Salt og pipar eftir smekk (helst fínmalaður Sichuan deyfandi pipar)
- Saxaður grænn laukur til skrauts

LEIÐBEININGAR:

a) Skerið tofu í hálfa tommu teninga.

b) Látið suðu koma upp í meðalstórum potti af saltvatni og setjið tófúið varlega í sjóðandi vatnið. Látið malla í 2 mínútur. Tæmdu.

c) Blandið nauta- eða svínakjöti, sesamolíu, víni, 1 tsk maíssterkju (leyst upp í 2 msk köldu vatni) og ½ tsk salt saman í meðalstórri skál. Blandið vel saman.

d) Hitið 1 msk olíu á miðlungshita í um það bil 1 mínútu í stórri wok- eða sautépönnu. Brúnið kryddað kjöt í olíu, brjótið það í litla bita með spaðanum, um það bil 4-5 mínútur. Færið kjötið yfir í sömu skál og þið notið til að krydda kjötið og setjið til hliðar.

e) Bætið öðrum 2 msk olíu í sömu wok. Haltu miðlungs hita. Bætið engifer og hvítlauk út í, eldið þar til ilmandi, um 1 mínútu.

f) Hellið seyði í wokið. Hækkaðu hitann og láttu soðið sjóða.

g) Bætið tofu teningum, nautakjöti, heitri chili olíu með föstu piparefni og Sichuan pipar út í soðið. Hristið wokið til að dreifa sósunni, notaðu viðarspaða til að ýta tófúinu varlega til baka. Lækkið hitann til að malla í 6-8 mínútur.

h) Í millitíðinni, leysið upp 1 msk maíssterkju í 2 msk köldu vatni.

i) Dreifið maíssterkjublöndunni út í tófúblönduna. Þrýstu því rólega til baka, bættu púðursykri út í og haltu áfram að malla tófúið í sósunni þar til það hefur þykknað, um það bil 2 mínútur. Smakkið til og bætið við meira salti ef vill.

j) Diskur, stráið fínmöluðum Sichuan deyfandi pipar eða möluðum svörtum pipar yfir, skreytið með söxuðum grænum lauk og berið fram yfir hrísgrjónum.

63. Tex-Mex Chili Con Queso

HRÁEFNI:

- 1 matskeið extra virgin ólífuolía
- ½ bolli fínt saxaður gulur laukur
- 2 hvítlauksgeirar, saxaðir
- 1 jalapeño, smátt saxaður
- 1 tsk malað kúmen
- ½ tsk salt
- 2 matskeiðar maíssterkju
- 1 bolli kjúklingabeinasoð
- 8 amerískir ostar, niðurskornir
- 1 bolli niðurskornir tómatar
- Ferskt kóríander til að skreyta (valfrjálst)

LEIÐBEININGAR:

a) Í steypujárnspönnu eða miðlungs potti, hitið olíuna yfir meðalhita og steikið laukinn, hvítlaukinn og jalapeño (ef það er notað ferskt) með kúmeni, salti og maíssterkju í 2 til 3 mínútur, þar til laukurinn er hálfgagnsær.

b) Bætið soðinu út í og eldið í 3 til 4 mínútur. Hrærið stöðugt í, leyfið sósunni að þykkna.

c) Bætið ostinum og tómötunum saman við. Sjóðið queso varlega við lágan hita í 3 til 5 mínútur. Hrærið og stillið þykktina að smekk þínum með því að bæta við meira seyði eða osti.

d) Berið fram heitt með tortilla flögum.

64. Hvítlaukur Tyrkland Enchiladas

HRÁEFNI:

FYRIR ENCHILADA FYLLINGuna:

- 1 matskeið ósaltað smjör
- 1 meðalstór laukur, saxaður
- 4 bollar eldaður kalkúnn, skorinn í teninga
- 2 matskeiðar alhliða hveiti
- 1 matskeið chiliduft
- 1 tsk sjávarsalt
- 1 tsk hvítlauksduft
- ½ tsk malað kúmen
- ¼ tsk möluð salvía
- 1 (14,5-oz) dós steiktir tómatar

FYRIR ENCHILADA SÓSTU:

- 6 hvítlauksgeirar, saxaðir
- ¼ bolli ósaltað smjör
- ½ bolli alhliða hveiti
- 2 bollar kjúklingabeinasoð (1 öskju)
- 1 (15-oz) dós tómatsósa
- 2 matskeiðar chiliduft
- 2 tsk malað kúmen
- 1 tsk möluð salvía
- ½ tsk sjávarsalt
- 1 skvetta hvítlauksduft

SAMSETNING:

- 10 stórar tortillur
- 2 bollar mexíkóskur blanda ostur
- ferskt kóríander til skrauts

LEIÐBEININGAR:

a) Gerðu enchilada fyllinguna fyrst. Bræðið smjör á stórri pönnu við meðalháan hita. Bætið lauknum út í og eldið þar til ilmandi, um 1 mínútu. Bætið við kalkúni og síðan hveiti og öllu kryddi fyrir fyllinguna. Blandið vel saman.

b) Hrærið tómötum og safa þeirra saman við. Notaðu skæri til að skera tómatana í litla bita. Látið suðuna koma upp, lækkið síðan hitann niður í miðlungs lágan. Látið malla í 15 mínútur.

c) Á meðan fyllingin mallar er búið til enchiladasósuna. Bætið hvítlauk og smjöri í lítinn pott. Eldið við miðlungshita þar til smjörið er innrennsli og bráðið. Hrærið hveiti út í þar til það er blandað. Hrærið seyði smám saman út í, hrærið stöðugt.

d) Látið suðuna koma upp í sósuna. Hrærið tómatsósu og öllu kryddinu saman við. Eldið þar til það er freyðilegt. Takið af hitanum.

e) Hitið nú ofninn í 350°F.

f) Til að setja saman skaltu hella 1 ½ bolla af enchiladasósunni í 13×9 tommu eldfast mót og dreifa til að hylja botninn á fatinu.

g) Leggið eina tortillu á sléttan flöt, setjið um ¼ bolla af kalkúnablöndu í miðju tortillunnar og toppið með 1-2 msk osti. Rúllið þétt upp og setjið saumhliðina niður yfir sósuna í bökunarforminu. Endurtaktu með tortillunum sem eftir eru.

h) Toppið enchiladas með sósunni sem eftir er. Hyljið með álpappír og bakið í 30-35 mínútur.

i) Stráið restinni af ostinum yfir og bakið í 10-15 mínútur í viðbót, án loks, þar til osturinn bráðnar. Skreytið með fersku kóríander og berið fram með avókadó. Njóttu!

65. Kalkúnaperta

HRÁEFNI:

- 3 matskeiðar smjör
- 1 bolli kartöflur, sneiddar
- 1 bolli laukur, sneiddur
- 1 bolli sellerí, skorið í teninga
- 1 bolli gulrætur, skornar í teninga
- Salt og pipar eftir smekk
- 1 msk fersk timjanblöð, söxuð
- ½ bolli alhliða hveiti
- 1 bolli kalkúnabeinasoð eða kjúklingabeinasoð
- 1 bolli mjólk
- 2 bollar kalkúnn, soðinn og saxaður
- 1 bökubotn

LEIÐBEININGAR:

a) Forhitið ofninn í 400°F.

b) Bræðið smjör á miðlungsháum hita í stórri pönnu. Bætið kartöflum, lauk, sellerii og gulrótum í pönnuna. Bætið við smá salti og pipar eftir smekk. Steikið í um 10 mínútur eða þar til grænmetið er meyrt. Hrærið timjanblöð út í á meðan eldað er.

c) Stráið hveiti á pönnuna. Eldið í eina mínútu í viðbót, hrærið stöðugt í. Hrærið seyði og mjólk smám saman út í. Lækkið hitann í miðlungs og eldið þar til blandan er þykk og freyðandi, hrærið stöðugt í.

d) Bætið kalkúnnum út í og hrærið vel.

e) Hellið blöndunni í 9 tommu bökuform og toppið með bökuskorpu. Skerið af umfram skorpu meðfram brún bökuformsins. Skerið raufar í miðjuna til að leyfa gufu að komast út.

f) Bakið bökuna í 40-50 mínútur eða þar til sætabrauðið er gullinbrúnt og fyllingin er freyðandi og elduð.

66. Einpotta Turkey Chili Mac

HRÁEFNI:

- 1 matskeið kókosolía
- 1 pund malaður kalkúnn
- ½ tsk kosher salt
- ¼ bolli laukur, skorinn í bita
- 2 sellerístilkar, skornir í teninga
- ½ bolli paprika, skorin í teninga
- 4 bollar kjúklingabeinasoð (2 öskjur)
- 1 (16-oz) krukka meðalþykk og þykk salsa
- 1 (15-16 oz) dós með minni natríum rauðum nýrnabaunum, tæmd
- 1 (1,25-oz) pakki chili kryddblanda
- 8 aura olnboga makkarónur
- 2 aura cheddar ostur, skorinn í teninga
- 1 (8-oz) dós tómatsósa án salti
- Steinseljublöð til skrauts

LEIÐBEININGAR:

a) Hitið olíu í stórum potti yfir miðlungs hátt. Setjið malaðan kalkún á pönnuna og kryddið með salti. Eldið 3-4 mínútur með því að nota spaðann til að mylja kjötið.

b) Hrærið lauk, sellerí og papriku út í, eldið í 2 mínútur í viðbót þar til kalkúninn er eldaður í gegn. Bætið við seyði, salsa, baunum og kryddblöndunni. Látið suðu koma upp.

c) Hrærið pasta í; eldið í 8 mínútur, hrærið af og til. Skerið ostinn í litla teninga á meðan. Hrærið tómatsósu út í og eldið í 1 mínútu í viðbót. Berið chili fram með osti og steinselju.

67. Slow Cooker Curry Chicken

HRÁEFNI:

- 4 pund kjúklingalæri með beinum, húð fjarlægð og fita snyrt
- Salt og pipar
- ¼ bolli maíssterkju

FYRIR KARRÍSÓSU:

- 3 matskeiðar kókosolía
- 3 matskeiðar milt eða sætt karrýduft
- 1 tsk garam masala
- 1 matskeið túrmerik
- 2 meðalstórir hvítir laukar, saxaðir
- 1 jalapeño pipar, fræhreinsuð og söxuð
- 4 hvítlauksgeirar, saxaðir
- 1 msk ferskt engifer, hakkað
- 2 matskeiðar tómatmauk
- Salt eftir smekk
- 2 ½ bollar kjúklingabeinasoð
- 3 matskeiðar sojasósa

LEIÐBEININGAR:

a) Kryddið kjúklinginn með salti og pipar og hjúpið maíssterkju, setjið til hliðar.

b) Hitið kókosolíu á stórri pönnu við miðlungshita þar til hún ljómar. Bætið karrýdufti, garam masala og túrmerik út í og eldið þar til ilmandi, um það bil 10 sekúndur.

c) Hrærið lauk, jalapeño pipar, hvítlauk, engifer, tómatmauk og klípu af salti saman við og eldið, hrærið oft, þar til laukurinn er léttbrúnn og mjúkur, um það bil 10 mínútur.

d) Bætið kjúklingasoði í pönnuna, skafið upp brúna bita.

e) Bæta við sojasósu eða kókos amínóum. Hrærið vel saman. Eldið þar til það þykknar aðeins. Takið af hitanum.

f) Setjið kartöflur og gulrætur í 6 lítra hæga eldavél og síðan kjúklinginn.

g) Hellið karrýsósunni yfir kjúklinginn. Setjið lok á og eldið á lágum hita í 4-5 klukkustundir eða þar til kjúklingurinn er meyr.

h) Látið eldunarvökvann setjast í 5 mínútur og fjarlægðu fitu af yfirborðinu með stórri skeið. Hrærið ertum, tómötum, kókosmjólk og kóríander saman við. Látið standa þar til baunirnar og tómatarnir eru orðnir í gegn, um það bil 5 mínútur eða lengur.

i) Smakkið til, kryddið með salti og pipar ef vill áður en það er borið fram.

68. Brennt sítrónu heill kjúklingur með gulrótum

HRÁEFNI:

- 1 heill 5 punda kjúklingur
- 2 greinar ferskt rósmarín
- 4 greinar ferskt timjan
- 2 sítrónur, 1 helminguð og 1 sneið
- 2 matskeiðar ólífuolía
- 1 lítill laukur, þunnt sneið
- ½ bolli hvítvín
- 1 bolli kjúklingabeinasoð
- 6 gulrætur, gróft saxaðar
- Salt eftir smekk

FYRIR KJÚLINGURÚÐINN:

- 2 tsk alifuglakrydd
- ½ tsk kryddsalt
- ½ tsk malað sinnep
- ½ tsk svartur malaður pipar
- 1 tsk hvítlauksduft

LEIÐBEININGAR:

a) Forhitið ofninn í 350°F.

b) Skolaðu kjúklinginn og fjarlægðu innmatinn. Þurrkaðu með pappírshandklæði.

c) Blandið hráefninu fyrir kjúklinganúdd í litla skál og nuddið ofan á kjúklinginn, bæði að utan og innan. Fylltu kjúklinginn með rósmaríni, timjan og 2 sítrónuhelmingum. Leggið kjúklinginn til hliðar.

d) Í 10 tommu steypujárni pönnu, hita upp ólífuolíu yfir miðlungs-háan hita, um það bil 2 mínútur. Steikið laukinn í 2-3 mínútur þar til hann er ilmandi. Hrærið víni út í og eldið þar til það gufar upp, um 3-4 mínútur. Bætið við kjúklingabeinasoði, gulrótum og sneiðum sítrónu. Hrærið vel og setjið kryddaða kjúklinginn ofan á.

e) Bakið í 1,5 klst til 2 klst þar til kjúklingurinn er alveg eldaður í gegn og hitinn nálægt beinum nær 165°F. Stráið kjúklinginn með seyði og safa nokkrum sinnum á meðan á steikingu stendur.

f) Þegar kjúklingurinn er tilbúinn skaltu flytja kjúklinginn og grænmetið yfir á disk. Fjarlægðu eins mikla fitu og mögulegt er af yfirborði seyðisins og safans sem eftir er á pönnunni með stórri skeið og láttu suðuna koma upp. Eldið þar til sósan er þykk, um það bil 10 mínútur. Kryddið það með salti eftir smekk.

g) Sneiðið kjúkling; berið fram með grænmeti og sósu.

69. Kjúklingur og grænmeti með einni pönnu í Karíbahafi

HRÁEFNI:

- 2 pund kjúklingalundir, húð á
- 1 meðalstór rauðlaukur, gróft saxaður
- 1 pund rauðar kartöflur, skornar í fjórða
- 1 bolli gulrótarmynt eða barnagulrætur
- 3 sellerístilkar, saxaðir
- 1 bolli kjúklingabeinasoð
- 1 msk fersk timjanblöð, hakkað (eða 1 tsk þurrkað timjan)

FYRIR MARINADE:

- 1 (0,7 aura) umslag ítalsk salatsósu blanda
- 1 tsk kanill
- 1 msk fersk timjanblöð, söxuð
- 2 matskeiðar púðursykur
- 2 matskeiðar ólífuolía
- ½ tsk chiliduft
- 2 matskeiðar sojasósa

LEIÐBEININGAR:

a) Forhitið ofninn í 400°F.

b) Setjið allt marineringarefni í stóra blöndunarskál. Hrærið þar til það hefur blandast vel saman.

c) Skolaðu kjúklingalundirnar og þurrkaðu þær með pappírsþurrku og settu þær í marineringuna; snúðu töngunum við til að ganga úr skugga um að þau séu vel húðuð. Setja til hliðar.

d) Saxið grænmeti og dreifið grænmetinu út neðst á 9x13 tommu pönnu. Hellið kjúklingasoði yfir og stráið síðan timjan yfir.

e) Leggðu nú kjúkling ofan á grænmetið. Skafið allt sem eftir er af marineringunni af í pönnuna.

f) Bakið í 60 mínútur. Snúið einu sinni á miðri leið.

g) Berið kjúklinginn fram með grænmeti og sósunni af pönnunni. Njóttu!

70. Rjómalöguð kjúklingur með hvítvíni og estragon

HRÁEFNI:

- 2 matskeiðar extra virgin ólífuolía
- 1 pund hnappasveppir, helmingaðir ef þeir eru litlir eða fjórðungir ef þeir eru stórir
- 2 meðalstórir laukar, smátt saxaðir
- 4 tsk hakkaður hvítlaukur
- 2 tsk hakkað ferskt timjanlauf eða ½ tsk þurrkað timjan
- Salt og pipar eftir smekk
- 1 ¾ bollar þurrt hvítvín
- 1 ½ bolli kjúklingabeinasoð
- 1 pund gulrætur, skrældar og skornar í 1 tommu bita
- 2 lárviðarlauf
- 2 matskeiðar maíssterkju
- 4 pund kjúklingabitar með beinum (klofin brjóst eða læri), húð fjarlægð
- 1 bolli þungur rjómi
- ¼ bolli söxuð fersk estragon lauf

LEIÐBEININGAR:

a) Hitið olíu í stórri nonstick pönnu yfir meðalháum hita. Bætið við sveppum, lauk, hvítlauk, timjan og smá salti. Lokið og eldið, hrærið oft þar til sveppirnir hafa losað vökvann, um 8-10 mínútur.

b) Afhjúpaðu pönnu og haltu áfram að elda í nokkrar mínútur í viðbót. Hrærið víni út í, skafið upp brúna bita og látið malla þar til það þykknar, um það bil 5 mínútur.

c) Færið blönduna yfir í hægan eldavél og hrærið kjúklingabeinasoði, gulrótum og lárviðarlaufum saman við þar til það er jafnt blandað saman.

d) Kryddið kjúklinginn með salti og pipar og hrærið honum inn í hæga eldavélina. Lokið og eldið á lágu í 4-5 klukkustundir eða þar til kjúklingurinn er mjúkur og vel soðinn í gegn.

e) Færið kjúklinginn og gulræturnar yfir á disk og tjaldið lauslega með filmu. Fjarlægðu fitu úr eldunarvökvanum með skeið. Fjarlægðu lárviðarlauf.

f) Færið matreiðslusósuna yfir í pott og látið malla. Hrærið 2 msk maíssterkju uppleyst í ¼ bolli af vatni. Haltu áfram að hræra og sósan mun þykkna; bætið svo rjómanum og estragon út í.

71. Sveppirisotto með sætum baunum

HRÁEFNI:

- 3 matskeiðar extra virgin ólífuolía
- 2 tsk hakkaður hvítlaukur
- 1 lítill laukur, skorinn í teninga
- Salt eftir smekk
- 1 bolli Arborio hrísgrjón
- ½ bolli þurrt hvítvín
- 1 pund Bella sveppir, skornir í sneiðar
- 3 bollar sveppir kjúklingabeinasoð
- 1 bolli frosnar sætar baunir
- ¼ bolli nýrifinn parmesanostur
- Nýmalaður svartur pipar
- Saxuð steinseljublöð til skrauts

LEIÐBEININGAR:

a) Hitið ólífuolíu yfir meðalháum hita í stórum potti.

b) Þegar olían er orðin heit, um það bil 2 mínútur, setjið hvítlauk og lauk í pottinn. Bætið við klípu af salti. Notaðu tré- eða sílikonspaða, steiktu og láttu laukinn svitna í um 1-2 mínútur.

c) Bæta við Arborio hrísgrjónum. Ristið hrísgrjónin í pottinum í 1 eða 2 mínútur, hrærið stöðugt í, þar til þau eru ljósbrún.

d) Hrærið víni út í. Eldið þar til áfengið gufar upp, hrærið oft.

e) Bætið sveppum í pottinn, hrærið og eldið í 1-2 mínútur í viðbót.

f) Bætið 1 bolli kjúklingabeinasoði á pönnuna og látið suðuna koma upp, hrærið stöðugt í. Bætið við 1 bolla seyði í einu; látið malla þar til allt soðið er frásogast.

g) Slökkvið á hitanum, hrærið parmesanosti út í. Skreytið, stráið nýbrotnum svörtum pipar yfir og skreytið með steinseljulaufum.

72. Einpotta Kimchi Ramen

HRÁEFNI:

- 8 aura svínakjöt (húðlaus), sneið
- FYRIR SVÍNAKJÖTAFARIN:
- 3 hvítlauksgeirar, saxaðir
- 1 msk ferskt engifer, hakkað
- 1 matskeið sherry
- 1 matskeið sojasósa

FYRIR KIMCHI RAMEN:

- 4 mjúk egg, helminguð
- ½ meðalstór laukur, þunnt sneið
- 1 bolli shiitake sveppir, skornir í sneiðar
- Hálf blokk af föstu tófúi, skorið í sneiðar
- 4 aura enoki sveppir
- 4 baby bok choy, helmingaður
- 1 bolli kimchi, þétt pakkað
- ½ bolli kimchi safi
- 4 bollar kjúklingabeinasoð (2 öskjur)
- 2 matskeiðar kryddað rauð piparmauk
- 1 matskeið kóreskt rauð piparduft
- 2 pakkar ramen
- Saxaður grænn laukur til skrauts

LEIÐBEININGAR:

a) Blandið öllu hráefninu fyrir svínamarineringuna saman í meðalstórri skál.

b) Skerið svínakjötssneiðarnar í 2 tommu langa bita. Bætið svínakjötinu út í marineringuna. Hrærið vel og setjið til hliðar.

c) Í litlum potti, láttu 2 bolla vatn sjóða. Setjið egg varlega í sjóðandi vatnið. Leyfðu þeim að elda í 5 mínútur. Takið egg úr pottinum og setjið í kalt vatn.

d) Á meðan, skerið lauk, shiitake sveppi og tófú í sneiðar; hreinsaðu enokisveppi og saxaðu endana af; þvoðu baby bok choy og skerðu þau í tvennt. Setjið allt tilbúið hráefni til hliðar.

e) Í meðalstórum potti, eldið marinerað svínakjöt við miðlungsháan hita í um það bil 2 mínútur, hrærið oft.

f) Bætið við lauk og kimchi. Steikið þar til ilmandi, um 2 mínútur.

g) Bætið kimchi safa, seyði, rauðum piparmauki, rauðpipardufti út í og látið suðuna koma upp.
h) Þegar seyðisúpubotninn er að sjóða skaltu bæta við ramen og shiitake sveppum. Látið malla í 3 mínútur.
i) Bætið tofu, enoki sveppum og bok choy út í og eldið í 2 mínútur eða þar til ramen er mjúkur. Slökktu á hitanum.
j) Afhýðið egg og skerið í tvennt.
k) Skerið kimchi ramen og berið fram með helminguðum eggjum. Skreytið með söxuðum grænum lauk.

73. Karríðar linsubaunir með sætum kartöflum og kjúklingabaunum

The picture can't be displayed.

HRÁEFNI:

- ¼ bolli kókosolía
- 1 stór rauðlaukur, skorinn í teninga
- Salt eftir smekk
- 2 matskeiðar karrýduft
- 2 tsk kúmenduft
- 2 tsk sinnepsfræ
- 1 tsk malað kóríander
- 8 aura brúnar linsubaunir
- 3 miðlungs sætar kartöflur
- 4 bollar kjúklingabeinasoð (2 öskjur)
- 1 (28-oz) dós eldristaðir hægeldaðir tómatar
- 1 (28-oz) dós kjúklingabaunir, tæmd
- Fersk saxuð steinselja til skrauts

LEIÐBEININGAR:

a) Hitið kókosolíu yfir meðalhita í stórum potti í um það bil 1 mínútu.

b) Bætið við lauk og klípu af salti. Steikið þar til laukurinn er hálfgagnsær.

c) Bætið karrýdufti, kúmeni, sinnepsfræi og kóríander út í og eldið í 1 mínútu, hrærið oft.

d) Hrærið linsubaunir, sætum kartöflum, seyði og tómötum saman við. Látið suðuna koma upp og látið malla í 25 mínútur, undir loki, eða þar til linsubaunir og sætar kartöflur eru orðnar meyrar.

e) Hrærið kjúklingabaunum saman við og eldið þar til þær eru orðnar í gegn, um 2 mínútur.

f) Skreytið og skreytið með saxaðri steinselju. Njóttu!

74. Kjúklingasveppa risotto

HRÁEFNI:

- 3 matskeiðar ólífuolía
- 2 hvítlauksrif, söxuð
- 1 lítill laukur, skorinn í teninga
- ½ bolli gulrætur, sneiddar
- Sjávarsalt eftir smekk
- 1 bolli arborio hrísgrjón
- ½ bolli hvítvín (valfrjálst)
- ½ tsk þurrkað timjan
- 3 bollar sveppir kjúklingabeinasoð
- 6 aura sveppir, skornir í sneiðar
- 8 aura frosin rósakál
- 1 bolli rifinn kjúklingur, soðinn
- ¼ bolli saxuð fersk steinselja
- ½ bolli nýrifinn parmesanostur
- Nýmalaður svartur pipar

LEIÐBEININGAR:

a) Hitið ólífuolíu yfir meðalhita í meðalstórum potti. Bætið hvítlauk út í og eldið þar til ilmandi.

b) Setjið lauk og gulrætur í pottinn, bætið við smá salti og hækkið hitann. Eldið þar til laukurinn er hálfgagnsær, hrærið oft í um það bil 1 mínútu.

c) Hrærið hrísgrjónum saman við og síðan timjan. Látið hrísgrjónin ristað í pottinum og hjúpið með olíu þar til þau eru farin að verða aðeins brún, hrærið oft í um 2-3 mínútur.

d) Bætið víni út í og haltu áfram að hræra þar til alkóhólið gufar upp, um 1 mínútu. Hellið kjúklingasoði á pönnuna og látið suðuna koma upp.

e) Þegar það er komið að suðu skaltu hræra sveppum og rósakáli saman við og sjóða aftur, hrærið af og til.

f) Bætið við rifnum kjúklingi og lækkið hitann í lágan. Lokið og látið malla í 15 mínútur þar til kjúklingasoðið er tekið í sig af hrísgrjónunum. Afhjúpaðu, hrærðu í steinselju og parmesanosti. Haltu áfram að hræra þar til osturinn er bráðinn.

g) Slökktu á hitanum. Kryddið með nýmöluðum svörtum pipar. Færið risottoið yfir í framreiðsluskálar. Skreytið með meiri steinselju og berið fram strax.

75. Pasta og Fagioli með einum potti

HRÁEFNI:

- 1 matskeið extra virgin ólífuolía
- 1 pund magurt nautahakk
- Salt eftir smekk
- 1 tsk þurrkað oregano
- 1 meðalstór laukur, skorinn í bita
- 1 bolli gulrætur, skornar í teninga
- 2 selleríštilkar, skornir í sneiðar
- 1 stór tómatur, skorinn í teninga
- 1 (15 aura) dós rauðar nýrnabaunir, skolaðar og tæmdar
- 2 bollar nautabeinsoð
- 2 bollar spaghettísósa
- 8 aura pastaskeljar
- 1-2 tsk heit sósa, valfrjálst
- ¼ bolli saxuð fersk steinselja
- Nýmalaður svartur pipar
- ½ bolli rifinn eða nýrifinn parmesanostur

LEIÐBEININGAR:

a) Hitið ólífuolíu yfir meðalhita í stórum potti. Bætið nautahakkinu út í og brjótið það upp með spaða. Eldið þar til nautakjötið byrjar að brúnast. Á meðan er kryddið með salti og oregano.

b) Bætið lauk, gulrótum, sellerii og tómötum í pottinn. Blandið vel saman og eldið í um 10 mínútur, hrærið af og til.

c) Bætið við baunum, nautasoði, spaghettísósu og síðan pastaskeljum; dreypið heitri sósu í pottinn ef þú notar; hrærið og blandið vel saman. Látið suðuna koma upp og látið malla í 15-20 mínútur við meðalhita, eða þar til pastað er orðið meyrt.

d) Bætið nýmöluðum svörtum pipar út í eftir smekk og hrærið steinselju saman við, toppið síðan með parmesanosti. Diskur, skreytið með meiri steinselju eða osti. Njóttu!

76. Rjómalöguð sveppasta

HRÁEFNI:

- 1 skammtur af pasta
- 1 matskeið ósaltað smjör
- 2 hvítlauksrif, söxuð
- 8 aura hvítir hnappasveppir, stilkar fjarlægðir
- 2 matskeiðar þurrt hvítvín
- ¼ bolli þungur rjómi
- ¼ bolli kjúklingabeinasoð
- Salt eftir smekk
- ¼ bolli rifinn parmesanostur
- Nýmalaður svartur pipar
- Hakkað fersk steinselja til skrauts

LEIÐBEININGAR:

a) Í stórum potti, eldið pasta í söltu sjóðandi vatni í 8-9 mínútur samkvæmt LEIÐBEININGAR á pakkanum: eða þar til það er al dente. Tæmdu.

b) Á meðan, í stórri pönnu, bræðið smjör við meðalháan hita. Hrærið hakkað hvítlauk út í og látið malla í um það bil 30 sekúndur þar til hann er ilmandi.

c) Setjið sveppi í pönnu, með skera hliðinni upp. Eldið í 3-5 mínútur eða þar til sveppir byrja að minnka, hreyfðu þá af og til með spaða.

d) Bæta við hvítvíni; haltu áfram að elda til að láta vínið og sveppasafann gufa upp, um það bil 3 mínútur.

e) Hellið þungum rjóma og kjúklingabeinasoði í pönnuna, bætið við ríflegri klípu af salti. Skiptu yfir í meðalhita og eldaðu þar til eldunarvökvinn er örlítið þykkur, snúðu sveppunum nokkrum sinnum.

f) Dreifið parmesanosti yfir sveppina og hrærið varlega þar til osturinn er bráðinn. Smakkið til og bætið við meira salti ef vill.

g) Kasta soðnu pastanu í pönnuna. Blandið vel saman við sveppablönduna og færið svo yfir á disk.

h) Stráið nýmöluðum svörtum pipar yfir og skreytið með saxaðri steinselju. Bætið við meira rifnum parmesanosti ef vill. Njóttu!

77. Hvítur chili

HRÁEFNI:

- 1 matskeið kókosolía
- 1 meðalstór laukur, saxaður
- 3 hvítlauksrif, pressuð
- 1 (4-oz) dós hakkað grænn chilipipar
- 8 aura sveppir, sneiddir
- 2 tsk malað kúmen
- 1 tsk þurrkað oregano
- 4 bollar kjúklingabeinasoð (2 öskjur)
- 4 bollar eldaður kalkúnn, skorinn í teninga
- 2 (15 oz) dósir hvítar baunir (frábærar norðlægar, cannellini eða kjúklingabaunir)
- 1 bolli rifinn Monterey Jack ostur
- Fersk steinseljublöð til skrauts

LEIÐBEININGAR:

a) Hitið olíuna í stórum potti yfir meðalhita.

b) Bætið við lauk og hvítlauk. Eldið hægt þar til ilmandi.

c) Blandið grænu chile paprikunni, sveppunum, kúmeninu og oregano saman við. Haltu áfram að elda og hrærðu í blöndunni þar til hún er mjúk, um það bil 3 mínútur.

d) Bætið við beinasoði, kalkúni og hvítum baunum. Látið malla í 15 mínútur, hrærið af og til.

e) Skerið chili. Bætið við osti og skreytið með steinseljulaufum. Njóttu!

Dósasoð

78. Tyrklandssoð

HRÁEFNI:

- 16 bollar kjúklingasoð
- 3 ½ bollar kalkúnn í teningum, skorinn í teninga
- 1½ bolli sellerí, skorið í teninga
- 1½ bolli gulrætur, sneiddar
- 1 bolli laukur, sneiddur
- Salt og pipar
- Kjúklingabaunir ef vill

LEIÐBEININGAR:

a) Undirbúðu þrýstihylkið. Bætið vatni í þrýstihylkið. Setjið grindina í og látið sjóða við meðalhita á eldavélinni. Settu tómar krukkur í sjóðandi vatnið í 5-10 mínútur.

b) Ekki sjóða. Þegar því er lokið skaltu halda því til hliðar.

c) Blandið öllu hráefninu í soðpottinn og látið suðuna koma upp.

d) Sigtið seyði í heitu og sótthreinsuðu krukkurnar og skildu eftir 1 tommu höfuðrými.

e) Fjarlægðu allar loftbólur.

f) Þurrkaðu felgurnar og settu þær á lokin.

g) Settu böndin á.

h) Setjið krukkur í þrýstihylkið og vinnið í 75 mínútur.

i) Þegar því er lokið skaltu opna lokið. Fjarlægðu krukkurnar.

79. Zuppa Toscana seyðisúpa

HRÁEFNI:

- 3 pund af svínakjöti
- Salt, pipar og oregano, 1 tsk
- ¼ tsk rauðar piparflögur
- 2 laukar
- 4 hvítlauksrif
- 4 kartöflur
- 1 búnt grænkál
- 3-litra svínakjötssoð

LEIÐBEININGAR:

a) Undirbúðu þrýstihylkið. Bætið vatni í þrýstihylkið. Setjið grindina í og látið sjóða við meðalhita á eldavélinni. Settu tómar krukkur í sjóðandi vatnið í 5-10 mínútur. En, ekki sjóða. Þegar því er lokið skaltu halda því til hliðar.

b) Skerið laukinn í teninga. Saxið hvítlaukinn. Flysjið og skerið kartöflurnar í teninga.

c) Skolið og hvítkálið í soðnu vatni í 30 sekúndur þar til það er visnað. Haltu því til hliðar. Mala svínakjötið.

d) Bætið svínakjöti, rauðum piparflögum, oregano, pipar og salti í pönnuna. Bætið 3 lítrum af seyði í annan pott. Látið malla það.

e) Settu viskustykki í heitar og sótthreinsuðu krukkurnar. Bætið við lauk- og hvítlauksblöndunni. Bætið svo litlum hluta af grænkáli í hverja krukku og síðan kartöflunum.

f) Setjið kryddað svínakjöt í krukkuna og toppið með seyðifyllingu, skilið eftir 1 tommu höfuðrými.

g) Fjarlægðu allar loftbólur. Settu krukkurnar í þrýstihylkið. Læstu lokunum.

h) Loftið út gufu í 10 mínútur. Vinnið í 90 mínútur.

i) Slökktu á hitanum. Bíddu í 2 mínútur. Opið loft. Fjarlægðu lokið.

j) Fjarlægðu krukkurnar úr þrýstihylkinu. Látið kólna yfir nótt.

80. Aspas kjúklingasoðsúpa

HRÁEFNI:

- 3 pund ferskur aspas, snyrtur
- 8 bollar kjúklingasoð/soð
- 1 bolli saxaður skalottlaukur, saxaður
- 1 tsk hvítlaukur, saxaður
- ½ tsk salt
- ¼ tsk malaður hvítur pipar

LEIÐBEININGAR:

a) Undirbúðu þrýstihylkið.

b) Bætið vatni í þrýstihylkið.

c) Setjið tunnuna í og látið suðuna koma upp við meðalhita.

d) Settu tómar krukkur í sjóðandi vatnið í 5-10 mínútur. En, ekki sjóða.

e) Bætið ólífuolíu á pönnuna. Bætið hvítlauk og skalottlaukum út í og eldið þar til það er hálfgagnsært.

f) Bætið við nautasoði eða seyði á meðalhita. Takið af hitanum.

g) Bætið ¼ bolla af skalottlaukum eða hvítlauk, pipar og salti í hverja krukkur.

h) Bætið heitu seyði út í, skilið eftir 1 tommu höfuðrými.

i) Fjarlægðu allar loftbólur.

j) Setjið á lok. Þurrkaðu brúnina á hverri krukku. Settu krukkurnar í þrýstihylkið. Læstu lokinu. Látið suðuna koma upp. Loftið út gufu í 10 mínútur.

k) Vinnið pints í 75 mínútur.

l) Þegar því er lokið skaltu slökkva á hitanum. Fjarlægðu lokið á niðursuðudælunni. Bíddu í 10 mínútur. Fjarlægðu krukkur úr dósinni. Látið kólna yfir nótt.

81. Mexíkósk nauta- og sætkartöflusoðsúpa

HRÁEFNI:

- 1 matskeið hreinsuð avókadóolía eða ólífuolía
- 1 punds magurt nautakjöt
- 1 tsk kosher salt
- 1 bolli saxaður laukur
- 1 tsk hakkaður hvítlaukur
- 1 bolli niðurskorin sæt paprika
- 2 bollar sætar kartöflur, skrældar og saxaðar
- 1 tsk chili duft
- 1 tsk þurrkað oregano
- 1 tsk malað kúmen
- 14 aura af rauðu salsa
- Kjúklingasoð, 2 bollar
- 2 tsk lime safi
- ⅓ bolli hakkað kóríander
- Kosher salt eftir smekk
- Malaður svartur pipar eftir smekk

LEIÐBEININGAR:

a) Hitið stóra steypujárnspönnu yfir háum hita.

b) Bætið nautakjöti út í og stráið salti yfir. Hrærið nautakjöt þar til það er brúnt, 5 mínútur. Fjarlægðu kjötið með skeiðar og færðu það yfir á disk. Setja til hliðar.

c) Setjið lauk, hvítlauk og papriku á pönnuna við meðalháan hita og hrærið af og til þar til laukur og hvítlaukur eru ilmandi og papriku mjúk eða í um það bil 5 mínútur.

d) Bætið sætu kartöflunni, chiliduftinu, oregano, kúmeni, seyði og salsa saman við. Blandið vandlega saman. Látið suðuna koma upp. Látið síðan lok á og látið malla í 30 mínútur eða þar til sætar kartöflur eru gafflamjúkar.

e) Hrærið limesafa, kóríander, salti og pipar saman við. Látið hitna í gegn við vægan hita, um 4 mínútur.

f) Hellið seyðisúpunni í tilbúnar krukkur, annað hvort lítra eða lítra, skilið eftir 1 tommu höfuðrými.

g) Lokaðu með 2-hlutum niðursuðulokum svo að þau séu fingurþétt.

h) Vinndu krukkurnar í forhitaðri þrýstihylki í 40 mínútur.

i) Þegar vinnslutími: er lokið skaltu slökkva á hitanum og leyfa niðursuðunni að ná náttúrulega stofuhita.

j) Þegar það er kólnað skaltu fjarlægja krukkurnar úr dósinni og athuga þéttingarnar.

82. Skinku- og ertasoðsúpa

HRÁEFNI:

- 2 bollar þurrkaðar klofnar baunir
- 8 bollar vatn
- 2 stórir kjúklingabaunir teningur
- 1 bolli skinka í teningum
- 1½ bollar sneiðar gulrætur
- 1 bolli saxaður laukur
- ¼ tsk malað pipar
- 1 lárviðarlauf
- Salt og pipar, eftir smekk

LEIÐBEININGAR:

a) Setjið baunir, vatn og kjúklingabaunir í stóran pott eða seyðisúpupott.

b) Látið suðuna koma upp í innihaldsefnunum við miðlungsháan hita, hrærið af og til.

c) Látið malla í um klukkustund.

d) Maukið baunir og vökva með stafblöndunartæki.

e) Bætið skinku, gulrótum, lauk, kryddjurtum og lárviðarlaufi í soðsúpuna. Hitið seyðisúpuna að suðu.

f) Látið malla í 30 mínútur. Kryddið seyðisúpuna með salti og pipar, eftir smekk. Fjarlægðu lárviðarlaufið.

g) Setjið heitar, tilbúnar krukkur á viskustykki. Helltu seyðisúpublöndunni í krukkur, vertu viss um að skilja eftir 1 tommu höfuðrými á hverri krukku. Fjarlægðu eða bættu við vökva, eftir þörfum, til að tryggja rétt höfuðrými.

h) Fjarlægðu loftbólur úr krukkunum og þurrkaðu síðan brúnina á krukkunum með blautu pappírshandklæði til að tryggja góða lokun.

i) Settu heitt flatt lok á krukkuna, skrúfaðu síðan böndin á sinn stað þar til þau eru fingurgómsþétt.

j) Setjið krukkurnar varlega í vatnið í tilbúnu þrýstihylki og vinnið krukkur í 75 mínútur og kvarts í 90 mínútur.

k) Þegar því er lokið skaltu slökkva á hitanum. Látið þrýstinginn í niðursuðuhylkinu falla í núll náttúrulega. Þegar það er komið í núll, bíddu í nokkrar mínútur í viðbót og opnaðu síðan loftopið.

l) Bíddu í 10 mínútur í viðbót og fjarlægðu síðan lokið varlega. Settu heitu krukkurnar á viskustykki á borðið og láttu þær standa óáreittar í 24 klukkustundir.

m) Athugaðu hvort innsiglið sé rétt og merktu síðan.

83. Dádýraplokkfiskur

HRÁEFNI:

- 1 stór poblano pipar
- 1 til 2 jalapeño paprikur
- 6 ferskir tómatar, hýði fjarlægð
- 1½ bollar (375 ml) saxaður hvítlaukur (1 stór laukur)
- 1 teskeið. (5 ml) malað kúmen
- 2 matskeiðar. (30 ml) ólífuolía
- 4 eyru ferskur maís
- 3 hvítlauksrif, söxuð
- 4 bollar (1 L) kjúklingasoð eða kjúklingabeinasoð
- ⅔ bolli (150 ml) ferskur lime safi (um 7 lime)
- 1½ teskeið. (7 ml) salt
- 1 teskeið. (5 ml) malaður svartur pipar
- 1½ pund (680 g) roð og úrbein kjúklingalæri eða -bringur, skornar í 1 tommu (2,5 cm) bita

LEIÐBEININGAR:

a) Forhitið ofninn í 425ºF (220ºC). Raðið fyrstu 3 HráLEGUM: á stóra bökunarplötu sem er klædd álpappír. Bakið við 425ºF (220ºC) í 25 mínútur eða þar til grænmetið er mjúkt og hýðið er farið að myndast, snúðu papriku á 5 mínútna fresti. Fjarlægðu grænmeti úr ofninum; flytja papriku í litla skál. Hyljið skálina með plastfilmu og látið standa í 20 mínútur. Látið tómata standa á bökunarplötu þar til þær eru nógu kólnar til að hægt sé að höndla þær. Saxið tómata gróft og setjið í meðalstóra skál.

b) Eftir að paprika hefur staðið í 20 mínútur, afhýða, fræ og saxa; bæta við tómata.

c) Steikið lauk og kúmen í heitri ólífuolíu í 6-litra (6-L) ryðfríu stáli eða enameleruðum hollenskum ofni við miðlungsháan hita í 12 mínútur eða þar til laukurinn er mjúkur.

d) Skerið odd af maískjörnum í stóra skál; skafið mjólkina og afganginn af kvoða af kolunum. Bætið maís og hvítlauk við laukinn í hollenskum ofni; elda, hrærið stöðugt, 5 mínútur. Hrærið niður söxuðum paprikum, söxuðum tómötum, kjúklingasoði og næstu 3 hráefnum.

e) Látið suðuna koma upp; lækkið hitann og látið malla, án loks, í 5 mínútur, hrærið oft. Hrærið kjúklingnum saman við. Látið suðuna koma upp við háan hita; sjóða 5 mínútur. Takið af hitanum.

f) Helltu heitri seyðisúpu í heita krukku og skildu eftir 1 tommu (2,5 cm) höfuðrými. Fjarlægðu loftbólur. Þurrkaðu af krukkubrúninni. Miðlok á krukku. Settu bandið á og stilltu það þannig að það er fingurgómsþétt. Settu krukku á grind í þrýstihylki sem inniheldur 2 tommu (5 cm) af sjóðandi vatni 180ºF (82ºC). Endurtaktu þar til allar krukkur eru fylltar.

g) Settu lokið á niðursuðudósina og snúðu í læsta stöðu. Stilltu hita í meðalháan. Loftið út gufu í 10 mínútur.

h) Settu mótþyngdina eða vegmælinn á loftopið; færðu þrýstinginn upp í 10 pund (4,5 kg) (psi) fyrir niðursuðuhylki með þyngd mælikvarða eða 11 pund (454 g) s (psi) fyrir niðursuðuhylki með skífu.

i) Vinnið 1 lítra (500 ml) krukkur í 1 klukkustund og 15 mínútur eða 1 lítra (1-L) krukkur í 1 klukkustund og 30 mínútur. Slökktu á hitanum; kældu niðursuðuna niður í núllþrýsting. Látið standa í 5 mínútur í viðbót áður en lokið er tekið af.

j) Kældu krukkur í niðursuðu 10 mínútur. Fjarlægðu krukkur og kældu.

84. Lime kjúklingasoðsúpa með maís

HRÁEFNI:

- Matreiðslusprey eða ólífuolía
- 1 pund magurt villibráð, í teningum
- 1 tsk ólífuolía
- 1 lítill laukur, saxaður
- 1 hvítlauksgeiri, saxaður
- 1 sellerístilkur, saxaður
- 1 gulrót, skorin í teninga
- 2 kartöflur, skornar í teninga
- 2 bollar vatn
- ½ tsk salt
- ⅛ teskeið pipar
- 2 dósir af nautakrafti

LEIÐBEININGAR:

a) Húðaðu seyðisúpupott með matreiðsluúða eða ólífuolíu og settu yfir háan hita.

b) Bætið villibráð á pönnuna. Steikið þar til það er brúnt. Takið af pönnunni og setjið til hliðar á pappírshandklæði.

c) Bætið við olíu og öllu grænmetinu og steikið þar til það er meyrt.

d) Hrærið villibráð, salti, pipar og vatni saman við.

e) Látið suðuna koma upp og látið malla í 5 mínútur.

f) Fylltu hreinar, heitar krukkur upp í ½ fullar af föstu hráefni.

g) Helltu vökva í krukkur og skildu eftir 1 tommu höfuðrými.

h) Stilltu lok og vinnðu.

BEINSOÐSÓSUR

85. Chimichurri sósa

HRÁEFNI:

- 1 bolli létt pakkað fersk steinselja
- ¼ bolli lífrænt rauðvínsedik
- 2 stór hvítlauksrif
- ¼ bolli extra virgin ólífuolía
- 1 tsk þurrkað timjan
- ½ tsk salt
- ¼ tsk rauðar piparflögur
- ⅛ teskeið nýmalaður svartur pipar
- ¼ bolli nautabeinsoð
- ¼ þroskað avókadó

LEIÐBEININGAR:

a) Setjið allt hráefnið í matvinnsluvél, blandið í um það bil 30 sekúndur eða þar til allt hráefnið hefur blandast vel saman. Ef það er of þunnt að þínum smekk skaltu bæta við meira avókadó. Ef það er of þykkt skaltu bæta við meira nautabeinasoði.

b) Hellið chimichurri sósunni í 8-eyri mason krukku. Lokið og geymið í ísskáp í allt að 2 vikur.

86. Salsa de Guajillo

HRÁEFNI:

- 4 Roma tómatar, ristaðir
- ⅓ bolli hvítlaukur, sneiddur
- 1 lítill hvítlauksgeiri
- ½ bolli kjúklingabeinasoð
- 6 Guajillo chili, ristað og fræhreinsuð
- ½ tsk salt

LEIÐBEININGAR:

a) Forhitið ofninn í 350°F. Ristið Roma tómata og Guajillo chili saman í 10 mínútur. Snúið chili-piparnum hálfa leið með ristunartímann.

b) Setjið allt tilbúið hráefni í matvinnsluvél eða blandara. Blandið vel saman.

c) Notaðu sigti til að sía út alla fasta bita til að tryggja slétt salsa ef þú vilt. (Ég sleppi yfirleitt þessu skrefi.)

87. Salsa Verde

HRÁEFNI:

- 8 oz tómatar (venjulega kallaðir grænir tómatar)
- 2 avókadó
- 5 serrano paprikur
- ½ tsk salt
- ⅓ bolli hvítlaukur, sneiddur
- ½ bolli kóríander, lauslega pakkað
- 1 bolli kjúklingabeinasoð

LEIÐBEININGAR:

a) Setjið allt tilbúið hráefni í matvinnsluvél eða blandara.

b) Blandið vel saman og varðveitið.

88. Salsa de Cacahuate

HRÁEFNI:

- 4 Roma tómatar
- 1 hvítlauksgeiri
- 5 þurrkaðir chili
- ⅓ bolli hvítlaukur, sneiddur
- ½ bolli jarðhnetur, ristaðar
- ½ bolli kjúklingabeinasoð
- 2 matskeiðar hvít sesamfræ, ristuð
- ½ tsk salt
- 2 matskeiðar ólífuolía

LEIÐBEININGAR:

a) Forhitið ofninn í 350°F. Ristið Roma tómata, jarðhnetur og hvít sesamfræ saman í 8-10 mínútur.

b) Setjið allt tilbúið hráefni (nema ólífuolíuna) í matvinnsluvél eða blandara. Blandið vel saman.

c) Eldið salsa í ólífuolíu við vægan hita í 10 mínútur. Látið kólna og varðveitið.

89. Heitt og súrt seyðisúpa

HRÁEFNI:

- ½ bolli shiitake sveppir, skornir í sneiðar
- ½ bolli enoki sveppir
- ½ bolli gulrætur, skornar í eldspýtustangir
- ½ bolli spergilkál stilkar, skornir í eldspýtustangir (stilkar, ekki blómablóm)
- 6 bollar kjúklingabeinasoð
- ½ tsk púðursykur
- 3 matskeiðar balsamik edik
- ¼ (16 únsa) kubbar extra þétt tófú, skorið í strimla
- 2 matskeiðar maíssterkju, leyst upp í ¼ bolli köldu vatni
- 1 egg, þeytt
- ¾ tsk malaður svartur pipar
- Fersk kóríanderlauf til skrauts

LEIÐBEININGAR:

a) Setjið shiitake sveppi, enoki sveppi, gulrætur, spergilkálsstilka og kjúklingabeinasoð í stóran pott. Bætið við smá salti og látið suðuna koma upp.

b) Snúðu hitanum í miðlungs, bættu við sykri, ediki og tofu. Hrærið varlega.

c) Hrærið hægt og rólega uppleystu maíssterkjuna út í seyðisúpuna. Haltu áfram að hræra. Soðsúpan mun byrja að þykkna. Bætið þeyttu egginu út í og byrjaðu strax að hræra. Slökktu á hitanum. Eggið ætti að brotna í mjög litla bita sem fljóta á yfirborði seyðisúpunnar.

d) Kryddið seyðisúpuna með ¼ teskeið af möluðum svörtum pipar fyrst. Smakkið til og bætið við ef vill. (Ég fann að ¾ tsk svartur pipar er fullkominn fyrir minn smekk, en þú getur stillt magnið eftir því sem þú vilt.) Skreytið og skreytið með kóríander. Berið fram heitt.

90. Nautakjötsnúðlusúpa (Szechuan stíl)

HRÁEFNI:

- 1 pund nautakjöt
- ¼ bolli spicy chili baunasósa
- 4 aura vatnakarsi
- 2 matskeiðar púðursykur
- 12-15 shiitake sveppir
- 5 matskeiðar ólífuolía, skipt
- 4 egg, mjúk soðin
- 3 stjörnu anís
- 8 aura kínverskar núðlur, eða ramen, eða udon
- 2 tsk fimm kryddduft
- 1 tommu klumpur engifer, sneið
- 2 matskeiðar sojasósa
- 4 hvítlauksrif, mulin og skorin í gróft sneiðar
- 1 stilkur grænn laukur, saxaður til skrauts
- 5 bollar nautabeinsoð
- sesam olía
- 1 matskeið rauðvín
- Salt og pipar

LEIÐBEININGAR:

a) Setjið nautakjöt í meðalstórri skál; bæta við rauðvíni og smá salti og pipar; hrærið vel.

b) Í stórum potti, hita upp 2 matskeiðar ólífuolíu yfir miðlungs háum hita; bætið krydduðu nautakjöti við, hrærið þar til nautakjötið er farið að brúnast að utan (um það bil 5 mínútur).

c) Bætið 5 bollum af nautabeinasoði í pottinn. Færið hitann í háan og látið suðuna koma upp og látið malla.

d) Á meðan kjötið er að malla skaltu hita 3 matskeiðar ólífuolíu yfir meðalháan hita á lítilli pönnu (um það bil 2 mínútur).

e) Bætið við sykri og steikið þar til hann fer að brúnast; bætið nú við stjörnuanís, fimm krydddufti, engifer og hvítlauk; hrærið í um það bil 10 sekúndur; bætið fljótt chili baunasósu út í. Hrærið vel og eldið á lágum hita í um það bil 1 mínútu.

f) Flyttu chili bauna sósublönduna yfir í stóra pottinn; bætið sojasósu við og látið malla í 25 mínútur.

g) Í millitíðinni skaltu sjóða egg. (Látið suðu koma upp 4 bolla af vatni í litlum potti, bætið varlega við eggjum og látið sjóða í 4 ½mínútu fyrir mjúk egg eða 5 mínútur fyrir harðsoðin egg. Tæmið og látið eggin standa í köldu vatni í 5 mínútur áður en flögnun.)

h) Eftir 25 mínútur af krauma skaltu bæta núðlum og sveppum í pottinn; látið suðuna koma upp. Þegar nauta núðlusúpan er að sjóða, bætið þá karsa við og slökkvið strax á hitanum. Hrærið þar til grænmetið fer að visna.

i) Til að bera fram, skiptið núðlusoðissúpunni í 4 skálar jafnt; dreypið sesamolíu yfir. Setjið eitt mjúkt egg í hverja skál; stráið söxuðum grænum lauk yfir. Njóttu!

91. Pho með kúrbítnúðlum

HRÁEFNI:

- ½ pund toppa sirloin steik
- 4 kúrbítar
- 1 tommu klumpur af fersku engifer, sneið
- 2 kanilstangir
- 1 matskeið sojasósa (Notaðu tamari sósu eða kókoshnetu amínó fyrir glútenlausa útgáfu)
- 2ja stjörnu anís
- 3 heilir negull
- 4 bollar nautabeinsoð
- 1 msk fiskisósa

FYRIR áleggið:

- 2 handfylli af baunaspírum
- Jurtablanda (kóríander, basil eða bæði)
- 1 jalapeño pipar, skorinn í sneiðar (má sleppa)
- 2 stilkar grænn laukur, saxaður
- Sriracha, hoisin sósa og limebátar til framreiðslu

LEIÐBEININGAR:

a) Setjið steikina í frysti í 15 mínútur til að auðvelda sneið.

b) Notaðu spíralizer eða julienne skrælara til að búa til kúrbítsnúðlur. Skiptið dýrunum í tvær stórar framreiðsluskálar.

c) Ristið kanilstangir, stjörnuanís og negul í meðalstórum potti á meðalhita þar til ilmandi. Bætið beinasoði á pönnuna og síðan engifer, sojasósu og fiskisósu. Látið suðuna koma upp og látið malla í 10 mínútur til að leyfa kryddinu að fylla soðið að fullu.

d) Taktu nautakjötið úr frystinum og skerðu það í þunnar strimla. Skiptið nautakjötinu í tvo hluta og bætið ofan á dýrin í skálunum.

e) Þegar soðið er tilbúið, skiptið því líka í tvo hluta og hellið heitu soðinu í skálarnar. Nautakjötið byrjar að elda samstundis og liturinn breytist.

f) Toppaðu pho með baunaspírum, ferskum kryddjurtum, niðurskornum pipar og grænum lauk, dreypið Sriracha eða/og hoisin sósu yfir, kreistið smá limesafa út í og slurpið upp!

92. Ravioli seyðisúpa með pylsum og grænkáli

HRÁEFNI:

- ½ pund mild (eða heit) ítalsk pylsa, hlíf af
- ¼ bolli laukur, skorinn í bita
- 2 stilkar sellerí, skornir í teninga
- ¼ bolli frosnar gulrætur og baunir
- 12 aura pastasósa
- 4 bollar kjúklingabeinasoð (2 öskjur)
- ¼ bolli sólþurrkaðir tómatar
- 1 (9-oz) pakki ostravioli
- Hálfur pakki af 1 (8-oz) barnakálssetti
- 2 matskeiðar að hluta undanrennum ricotta osti

LEIÐBEININGAR:

a) Forhitið stóran pott yfir meðalháan hita. Brúnið pylsuna í 5-7 mínútur, hrærið í til að mola kjötið. Eldið þar til ekkert bleikt er eftir. Hrærið lauk, sellerí, gulrótum og ertum út í pylsuna og eldið í 4 mínútur, hrærið oft.

b) Dragðu úr hita niður í miðlungs lágt. Hrærið pastasósu, kjúklingabeinasoði og sólþurrkuðum tómötum saman við. Látið malla í 8-10 mínútur, hrærið af og til.

c) Bætið ravioli við sósuna; eldið í 4-5 mínútur eða þar til ravíólíið er meyrt.

d) Til að bera fram, skiptið seyðisúpunni í tvær skálar. Toppið hverja skál með handfylli salatgrænu, stráið síðan salatáleggi yfir og dreypið dressingu yfir. Endið með 1 msk ricotta osti fyrir hverja skál og berið fram.

93. 15 mínútna Tyrkland Pho

HRÁEFNI:

- 2 kanilstangir
- 2ja stjörnu anís
- 3 heilir negull
- 4 bollar kjúklingabeinasoð (2 öskjur)
- 1 únsa ferskt engifer, sneið
- 1 msk fiskisósa
- 1 msk kókos amínó eða sojasósa
- 4 aura pho/hrísgrjónanúðlur
- 2 bollar frosið asískt hrært grænmeti
- 3 bollar afgangur af kalkúnakjöti
- Fersk kóríander, limebátar, Sriracha eða/og hoisin sósa til framreiðslu

LEIÐBEININGAR:

a) Ristið kanilstangir, stjörnuanís og negul í meðalstórum potti við meðalháan hita þar til ilmandi, um það bil 2 mínútur.

b) Bætið kalkúna- eða kjúklingabeinasoði, engifer, fiskisósu og sojasósu í pottinn. Látið suðuna koma upp og látið malla í 5 mínútur.

c) Í millitíðinni skaltu sjóða 2 lítra af vatni í öðrum potti. Bætið núðlum við, leyfið þeim að malla í 2-3 mínútur. Tæmið og færið jafnt yfir í tvær skálar.

d) Fargið kryddi úr soðinu. Bætið grænmeti út í og hækkið hitann. Látið suðuna koma upp aftur eða þar til grænmetið er meyrt.

e) Til að bera fram, setjið helminginn af kalkúnnum í eina skál ofan á núðlurnar. Hellið helmingnum af soðinu yfir þar á meðal grænmetið. Toppið með fersku kóríander, Sriracha sósu og/eða hoisin sósu. Bætið við kreistu af ferskum limesafa og berið fram. Gerðu það sama við hina skálina. Njóttu!

94. Slow Cooker Frönsk lauksúpa

HRÁEFNI:

- 3 pund gulur laukur, afhýddur og skorinn í sneiðar
- 2 matskeiðar ólífuolía
- 1 tsk salt, auk meira eftir smekk
- Nýmalaður svartur pipar
- 2 matskeiðar balsamik edik
- 10 bollar nautabeinsoð
- 3 matskeiðar sherry, valfrjálst
- TIL AÐ setja saman seyðisúpuna:
- 6 baguette sneiðar fyrir hverja skál
- 1 ⅓ til 2 bollar rifinn eða rakaður Gruyere ostur
- Hakkað steinselja til skrauts

LEIÐBEININGAR:

a) Setjið lauk í 6 lítra hæga eldavél. Hrærið smjöri og ólífuolíu saman við. Kryddið með salti og pipar. Lokið og eldið á lágum hita í 12 klukkustundir.

b) Bætið balsamikediki og nautabeinasoði í hæga eldavélina. Bætið við sherry ef það er notað.

c) Lokið og eldið á lágu í 6-8 klukkustundir í viðbót.

d) Forhitið ofninn í 350°F.

e) Skerið og hellið seyðisúpunni og lauknum í ofnþolnar skálar og setjið skálarnar á bökunarplötu.

f) Toppið hverja skál með sneið af ristuðu brauði og ríkulegu magni af rifnum eða rakaðri Gruyere osti.

g) Bakið á grind í efri þriðjungi ofnsins í 20-30 mínútur eða þar til osturinn er bráðinn.

h) Skiptu um ofninn í steikingar og steiktu seyðisúpuna í 2-3 mínútur þar til osturinn er brúnn.

i) Skreytið með saxaðri steinselju og berið fram volga.

[redacted]. Einpotta kjúklingasoðsúpa

HRÁEFNI:

- 2 matskeiðar ólífuolía
- 1 stór laukur, skorinn í teninga
- 2 bollar gulrætur, sneiddar
- Kosher salt
- 3 hvítlauksgeirar, saxaðir
- 3 stilkar sellerí, skornir í teninga
- 1 græn paprika, skorin í teninga
- 8 aura sveppir, sneiddir
- 4 bollar kjúklingabeinasoð (2 öskjur)
- 2 bollar rautt salsa
- 2 bollar grænt salsa
- 1 tsk þurrkuð basil
- 8 aura eggjanúðlur (valfrjálst)
- 4 bollar rotisserie kjúklingur, rifinn eða skorinn í hæfilega bita
- Ferskt kóríander og limebátar til framreiðslu

LEIÐBEININGAR:

a) Hitið ólífuolíu yfir miðlungsháan hita í stórum seyðisúpupotti. Bætið við lauk og gulrótum og síðan klípa af salti. Steikið þar til laukurinn er hálfgagnsær og gulræturnar byrja að verða mjúkar, um það bil 5 mínútur. Hrærið hvítlauk út í og eldið þar til ilmandi, um 30 sekúndur.

b) Bætið sellerí, papriku og sveppum í pottinn. Hellið kjúklingabeinasoði yfir grænmetið og hrærið rauðu salsa og grænu salsa saman við.

c) Bætið þurrkaðri basilíku út í og blandið saman.

d) Án núðla: Látið suðuna koma upp, setjið lok á og eldið við meðalhita í 15 mínútur eða þar til

e) grænmetið er meyrt. Með núðlum: Látið suðuna koma upp, bætið núðlum við og eldið við háan hita í 8-10 mínútur þar til núðlurnar eru orðnar meyrar. Þá ætti grænmetið að vera orðið mjúkt.

f) Afhjúpa, draga úr hita í miðlungs lágt. Bætið kjúklingnum út í og leyfið kjúklingnum að hitna í gegn, hrærið í af og til. Smakkið til, bætið við meira salti ef vill.

g) Takið af hitanum. Skreytið og skreytið með ferskum kóríanderlaufum. Berið fram með limebátum. Njóttu!

96. Ekta taílensk grænmetissoðsúpa

HRÁEFNI:

- 1 dós (13,66 aura) ósykrað kókosmjólk
- 2 bollar kjúklingabeinasoð (1 öskju)
- ½ bolli graskersmauk (valfrjálst)
- ¼ bolli galangal, sneið
- 1 stilkur sítrónugras, skorinn í 1 tommu langa bita
- ¼ bolli laukur, sneið
- 1 bolli spergilkál, saxað
- ½ bolli gulrót, sneið
- ½ bolli þétt tófú, skorið í sneiðar
- 1 Roma tómatur, skorinn í sneiðar
- 1 bolli sveppir, sneiddir
- 2 matskeiðar fiskisósa (eða sojasósa eða kókoshnetu amínó)
- 1 tsk púðursykur
- Salt eftir smekk
- 2 matskeiðar lime safi
- 1 stilkur vorlaukur, smátt saxaður
- ½ tsk rauðar piparflögur
- Fersk kóríanderlauf til skrauts og limebátar til framreiðslu

LEIÐBEININGAR:

a) Blandið saman kókosmjólk, kjúklingabeinasoði og graskersmauki í stórum potti. Hrærið og látið suðuna koma upp.
b) Bætið galangal, sítrónugrasi, lauk, spergilkáli og gulrót í pottinn; eldið við háan hita í 2-3 mínútur eða þar til ilmandi.
c) Bæta við tofu, tómötum og sveppum; látið suðuna koma upp aftur. Haldið áfram að elda þar til grænmetið er tilbúið.
d) Kryddið með fiskisósu (sojasósu eða kókoshnetu amínó), sykri og smá salti eftir smekk.
e) Slökktu á hitanum. Fargið sítrónugrasinu og galangalinu. Hrærið limesafa, vorlauk og mulið chili út í.
f) Skreytið og skreytið með kóríanderlaufum. Njóttu!

97. Slow Cooker Shanghai-Style Nautakjöt Borscht

HRÁEFNI:

- 2 matskeiðar ólífuolía
- 2 bollar nautabeinsoð (1 öskju)
- 2 matskeiðar smjör
- 1 (6-oz) dós tómatmauk
- ¼ bolli alhliða hveiti
- 1 (14,5-oz) dós sneiddir tómatar
- 1 meðalstór laukur, sneiddur
- 1 lárviðarlauf
- 1 pund nautakjöt
- 1 tsk salt
- 2 stilkar sellerí, saxaðir
- 2 matskeiðar púðursykur
- 1 bolli gulrætur, saxaðar
- ½ tsk malaður svartur pipar
- 1 stór rússuð kartöflu, skorin í teninga
- 3 bollar grænt hvítkál, þunnt sneið
- 4 hvítlauksgeirar, saxaðir
- Hakkað fersk basilíka til skrauts

LEIÐBEININGAR:

a) Gerðu roux með því að bræða smjör með ólífuolíu við meðalhita á pönnu. Þegar smjörið er alveg bráðnað, lækkið hitann í lágan, bætið hveiti við; hrærið stöðugt þar til blandan hefur blandast og slétt.

b) Bætið lauk út í roux; hækka hitann í meðalháan hita. Hrærið þar til laukurinn er vel húðaður og ilmandi; flyttu blönduna yfir í hæga eldavélina.

c) Setjið allt annað hráefni nema kálið í hæga eldavélina. Hrærið vel, hyljið og eldið á lágum hita í 8 klukkustundir.

d) Bætið hvítkáli út í, skiptið hægum eldavél yfir á háa stillingu. Eldið í 30 mínútur til viðbótar eða þar til kálið er mjúkt.

e) Smakkið til og bætið við meira salti eða sykri ef vill. Skreytið, skreytið með basil og berið fram með uppáhalds brauðinu þínu.

98. Slow Cooker Split Pea Soft súpa

HRÁEFNI:

- 1 bolli gulur laukur, skorinn í teninga
- 2 hvítlauksgeirar, saxaðir
- ½ tsk þurrkað oregano
- 1 ½ tsk kosher salt
- 1 tsk malaður svartur pipar
- 2 bollar gulrætur, sneiddar
- 1 bolli rauðar kartöflur, skornar í teninga
- 1 bolli sellerí, skorið í teninga
- 1 pund þurrkaðar klofnar baunir
- 8 bollar nautabeinsoð (4 öskjur)
- Eldaðir beikonbitar til framreiðslu og saxaður kóríander til skrauts

LEIÐBEININGAR:

a) Setjið allt hráefnið í 4-quart (eða stærri) hægfara eldavél. Lokið og eldið á lágum hita í 8-10 klukkustundir.
b) Smakkaðu til að stilla bragðið með því að bæta við meira salti ef þess er óskað.
c) Hellið í framreiðsluskálar og toppið með soðnum beikonbitum og ferskum kóríanderlaufum áður en borið er fram.
d) Njóttu!

99. Klassísk Wonton seyðisúpa

HRÁEFNI:

- 40 stór wonton umbúðir

FYRIR WONTON-FYLLINGU – RÆKJU:

- 20 meðalstórar rækjur, flysjaðar og afvegaðar, skornar í tvennt eftir endilöngu
- ½ tsk kosher salt
- ½ tsk maíssterkju
- 1 tsk extra virgin ólífuolía

FYRIR WONTON-FYLLINGU – SVÍNAKJÖT:

- 1 pund 80% magurt svínakjöt
- 1 ½ msk ferskt engifer, hakkað
- 1 matskeið Shaoxing hrísgrjónavín
- 2 matskeiðar létt sojasósa
- 2 tsk maíssterkju
- 1 tsk púðursykur
- 2 matskeiðar extra virgin ólífuolía
- ½ tsk kosher salt, skipt
- 6 aura vatnakarsa, hakkað (um 4 bollar)

FYRIR WONTON seyðisúpugrunninn:

- 8 bollar kjúklingabeinasoð (4 öskjur)
- 2 bollar af karsa eða öðru grænu grænmeti sem óskað er eftir (valfrjálst)
- Salt og pipar eftir smekk
- Saxaður grænn laukur til skrauts
- Heit chiliolía eða sesamolía til að drekka (valfrjálst)

LEIÐBEININGAR:

a) Sameina rækjufyllinguna Hráefni: í litla skál og blandið vel saman. Setja til hliðar.

b) Blandið svínakjöti, engifer, Shaoxing víni, léttri sojasósu, maíssterkju og sykri saman í stóra blöndunarskál. Hrærið vel saman.

c) Bætið ólífuolíu, salti og karsí út í svínakjötsblönduna. Notaðu báðar hendurnar til að blanda öllu hráefninu saman.

d) Útbúið flatt vinnuborð með því að strjúka með smá hveiti. Dreifðu því út með hendinni. Útbúið litla skál af vatni á hliðinni.
e) Vefjið nú wontons. Leggðu eina umbúðir flata á lófa annarrar handar, mjó hliðin snúi að þér. Skelltu upp um 1 msk svínakjötsfyllingu og settu í miðju wonton umbúðirnar. Bætið rækjustykki ofan á.
f) Lyftið mjóu hliðinni á umbúðunum og brjótið í átt að breiðu hliðinni á umbúðunum og hyljið fyllinguna alveg. Mjó hliðin ætti að fara upp að þeim stað þar sem það er um það bil hálf tommu pláss eftir á breiðu hliðinni.
g) Dýfðu þumalfingri örlítið í vatnið. Notaðu fingurna til að klípa mjóar og breiðu hliðarbrúnirnar á umbúðunum saman í kringum fyllinguna, beygðu síðan wontoninn í lögun hjúkrunarhúfu með blautum þumalfingri til að þrýsta báðum endum saman.
h) Endurtaktu með afganginum af umbúðunum og settu wontons á vinnuflötinn í einu lagi með smá bili á milli þeirra.
i) Látið suðu koma upp í stórum potti af vatni, bætið við fjölda wontons sem þið viljið elda. Látið þær sjóða í um það bil 5 mínútur þar til þær fljóta. Smakkaðu einn til að sjá hvort fyllingin er soðin í gegn.
j) Á sama tíma er kjúklingabeinakraftur (2 bollar fyrir 10-12 wontons) látinn sjóða í öðrum potti. Bættu við smá karssu eða grænu grænmeti sem þú vilt, eins og baby bok choy. Eldið þar til grænmetið er visnað, um 1-2 mínútur. Kryddið með salti og pipar eftir smekk.
k) Flyttu soðsúpubotninn yfir í framreiðsluskál og slepptu soðnu wontonunum í skálina með því að nota skeið. Skreytið með söxuðum grænum lauk og dreypið heitri chiliolíu eða sesamolíu yfir ef vill. Njóttu!

100. New England Clam Chowder

HRÁEFNI:

- 6–7 beikonsneiðar, skornar í litla bita
- 3 matskeiðar hveiti
- 1 pund rauðar eða gular kartöflur
- 1 bolli þungur rjómi
- 1 meðalstór hvítur laukur, skorinn í teninga
- 1 bolli mjólk, skipt
- 1 (10 oz) dós heil samloka
- 1 bolli kjúklingabeinasoð, skipt
- 2 sellerístilkar, smátt saxaðir
- 3 matskeiðar ósaltað smjör
- 1 tsk dill illgresi
- salt og pipar eftir smekk

LEIÐBEININGAR:

a) Í meðalstórum potti, eldið beikon við miðlungshita þar til það er stökkt. Hrærið af og til (um það bil 10 mínútur).

b) Á meðan beikonið er eldað skaltu búa til rjóma af sellerísoði. Í meðalstórri pönnu, bræðið smjör við meðalhita. Bætið ¼ bolli af saxuðum lauk út í og steikið þar til ilmandi (3-5 mínútur).

c) Bætið sellerí í pönnuna; hrærið og eldið í 2-3 mínútur.

d) Stráið hveiti yfir og steikið með lauk og sellerí í eina eða tvær mínútur.

e) Þeytið ½ bolla nýmjólk og ½ bolla kjúklingasoði út í. Látið suðuna koma upp og eldið í 5-8 mínútur þar til það hefur þykknað.

f) Á meðan sellerísoðsúpan kraumar ætti beikonið að vera tilbúið. Hrærið afgangnum af lauknum út í pottinn og eldið þar til hann er hálfgagnsær.

g) Bætið safanum úr samlokunum og ½ bolli kjúklingasoði út í, síðan kartöflur. Lokið og látið malla við meðalhita þar til kartöflurnar eru mjúkar (um það bil 15-20 mínútur). Hrærið af og til.

h) Á meðan kartöflur eru að eldast, athugaðu og fullkomnaðu sellerísoðasúpuna.

i) Þegar kartöflurnar eru tilbúnar, bætið við samlokum, sellerísoðissúpu, ½ bolla mjólk, þungum rjóma og dillgresi. Hrærið öllu saman stöðugt og eldið kæfu við miðlungs lágan hita í 5 mínútur í viðbót. Kryddið með salti og pipar eftir smekk. Berið fram.

NIÐURSTAÐA

Nourishing Beins er ekki bara matreiðslubók heldur leiðarvísir að heilbrigðari og innihaldsríkari lífsstíl. Með 100 ljúffengum uppskriftum, hverri með fallegri litaðri mynd, veitir þessi matreiðslubók innblástur og leiðbeiningar til að búa til dýrindis og næringarríkar máltíðir sem munu næra líkama þinn og sál.

Þegar þú skoðar mismunandi uppskriftir muntu uppgötva ávinninginn af beinasoði og hvernig það getur bætt heilsu þína og vellíðan. Þú munt einnig læra hvernig á að blanda beinasoði inn í daglegt mataræði á ýmsa skapandi og bragðgóða vegu.

Þegar þú nærð lok þessarar matreiðslubókar muntu hafa öðlast nýtt þakklæti fyrir lækningamátt beinasoðsins og endalausa möguleikana sem það býður upp á. Hvort sem þú ert nýliði eða reyndur kokkur, mun Nourishing Beins verða dýrmæt auðlind sem þú munt snúa aftur til aftur og aftur.

Við vitum öll að bein eru forðabúr nauðsynlegra næringarefna eins og kalsíums og magnesíums. Þau eru líka uppspretta kollagens og gelatíns, tvö næringarefni sem geta skipt miklu máli fyrir heilsu þína í húð, liðum og þörmum.

Að krauma beinin í að minnsta kosti 20 klukkustundir hjálpar einnig til við að losa amínósýrurnar prólín, glýsín og glútamín, sem styðja enn frekar við heilbrigði liða og þarma og hjálpa til við að draga úr almennri bólgu. Það besta af öllu er að langvarandi suðan gerir öllum gagnlegum næringarefnum í beinasoði kleift að verða aðgengilegri, sem þýðir að það er ótrúlega auðvelt fyrir líkama okkar að melta og gleypa þau.

* 9 7 8 1 8 3 5 0 0 8 6 5 2 *